AFRO-CARIBBEAN CULINARY TRAVELS

Tuklasin ang Art of Fusion sa 100 Masarap na Dish

OLGA CALVO

Copyright Material ©2023

Lahat ng Karapatan ay Nakalaan

Walang bahagi ng aklat na ito ang maaaring gamitin o ipadala sa anumang anyo o sa anumang paraan nang walang wastong nakasulat na pahintulot ng publisher at may-ari ng copyright, maliban sa mga maikling sipi na ginamit sa isang pagsusuri. Ang aklat na ito ay hindi dapat ituring na kapalit ng medikal, legal, o iba pang propesyonal na payo.

TALAAN NG MGA NILALAMAN

TALAAN NG NILALAMAN 3
PANIMULA 6
MGA SIMULA AT MERYENDA 8
1. ADOBONG COCONUT SHRIMP 9
2. HOMESTYLE JERK CHICKEN WINGS 11
3. INIHAW NA MAIS NA MAY SHADON BENI BUTTER 13
4. CUBAN SANDWICH NA MAY CARIBBEAN PORK 15
5. CARIBBEAN BEEF BURGERS NA MAY MANGO SALSA 17
6. INIHAW NA CUBAN SANDWICH 19
7. TAMARIND BALL 21
8. CARIBBEAN SWISS GRILLER 23
SOUPS, SINGA AT SILI 26
9. ACKEE AT SALTFISH 27
10. BAHAMAS FISH SOUP 29
11. BEEF, VEGGIES, AT RICE SOUP 31
12. BLACK BEAN SOUP 34
13. BOUILLON SOUP 36
14. KAYUMANGGING NILAGANG ISDA 39
15. CALLALOO SOUP 41
16. CHAPEA 43
17. CHICKEN FOOT SOUP 45
18. SOPAS NG MANOK 47
19. CHICKEN SOUSE 49
20. MANOK NA MAY BLACK BEANS 51
21. CARIBBEAN AVOCADO SOUP 53
22. CARIBBEAN CHICKEN STEW 55
23. CARIBBEAN CHICKEN-VEGETABLE SOUP 57
24. COCONUT MILK CONCH CHOWDER 59
25. COCONUT PRAWN SOUP 61
26. KABIBE NA SOPAS 64
27. SOPAS NG MAIS 66
28. COW HEEL SOUP SA SLOW COOKER 69
29. CUBAN CALDO GALLEGO NA SOPAS 71
30. CURRY CHANA STEW MULA SA TRINIDAD 73
31. SOPAS NA KARI NG TALONG 75
32. FISH TEA SOUP 77
33. GOAT SOUP MANNISH WATER 79

34.	Gungo Pea Soup	81
35.	Jamaican Beef Soup	83
36.	Jamaican Mutton Soup	85
37.	Jamaican shrimp soup	88
38.	Leek Soup	90
39.	Lentil Sopas	92
40.	Lobster Soup na may Spicy Fritters	94
41.	Mackerel Rundown	96
42.	Mojo De Ajo	98
43.	Langis na nilagang	100
44.	Oxtail Stew	102
45.	Papaya-orange na sopas	104
46.	Peppered Shrimp Pot Soup	106
47.	Pepperpot Stew Mula sa Guyana	108
48.	Pigeon Peas Soup na may Dumplings	111
49.	Puerto Rican beef stew	114
50.	Pumpkin Beef Soup	116
51.	Pumpkin Soup	119
52.	Kuneho at nilagang mani	121
53.	Red bean sopas	123
54.	Red Pea Soup	125
55.	Roasted Pepper at Cucumber Soup	127
56.	Hipon at kalabasang chowder	129
57.	Slow Cooker trout stew	131
58.	Soup Joumou sa Stockpot	133
59.	Souse	136
60.	Split Pea Soup	138
61.	Sopas ng Kalabasa	140
62.	Kalabasa at nilagang patatas	142
63.	Nilagang Calaloo	144
64.	Stew Beans With Coconut Milk	146
65.	Nilagang maalat	148
66.	Tomato Choka Rice Soup	150
67.	Tomato Lentil Soup	152
68.	Yellow Yam sopas	154
PANGUNAHING KURSO		**156**
69.	Inihaw na Octopus	157
70.	Jerk Chicken	159
71.	Tequila Lime Seafood Pinchos	161

72.	SPANISH GARLIC SHRIMP PINCHOS	163
73.	RUM SPICED STEAK NA MAY PINEAPPLE RELISH	165
74.	INIHAW NA KAHEL NA SUSO NG MANOK	167
75.	INIHAW NA JERK SWORDFISH	169
76.	JERK PORK BELLY	171
77.	INIHAW NA MACKEREL FILLET	174
78.	CARIBBEAN GRILLED WHOLE RED SNAPPER	176
79.	CITRUS CARIBBEAN BBQ PORK RIBS	178
80.	MANGALITSA HAM WITH JERK PINEAPPLE GLAZE	180
81.	BBQ LIONFISH NA MAY ORANGE AT ALMOND SLAW	182
82.	JAMAICAN JERK BRISKET	184
83.	INIHAW NA DAHON NG SAGING LIONFISH	187
84.	COCONUT SPARERIBS	190
85.	HIPON NA INIHAW SA TUBO	193
86.	CARIBBEAN GRILLED PORK WITH TROPICAL SALSA	196
87.	BBQ ESCOLAR NA MAY KAMOTE	198
88.	JAMAICAN JERKED BBQ RIBS	201
89.	SPICY GRILLED TUNA, CUBAN STYLE	203

GILID AT SALADS **205**

90.	MANGO CHOW	206
91.	CHILI'S GRILLED SALAD	208
92.	INIHAW NA PLANTAIN	211
93.	MOFONGO PUERTO RICO	213

DESSERT **215**

94.	INIHAW NA PINYA AT RUM	216
95.	MANGO MOUSSE	218
96.	RAW SOURSOP ICE CREAM	220
97.	JAMAICAN RUM CAKE	222

INUMAN **225**

98.	TI PUNCH	226
99.	INUMIN NG JAMAICAN SEA MOSS	228
100.	SORREL	230

KONKLUSYON **232**

PANIMULA

Hakbang sa isang mundo kung saan ang kakanyahan ng kulturang Afro-Caribbean ay lumaganap sa panlasa, at ang makulay na kulay ng tradisyon at pagbabago ay nagpinta ng isang culinary masterpiece. Afro-caribbean culinary travels ay hindi lamang isang cookbook; isa itong bukas na imbitasyon na magsimula sa isang masarap na odyssey na lumalampas sa mga hangganan, na nag-aanyaya sa iyong tikman ang masaganang tapiserya ng Afro-Caribbean cuisine. Sa mga pahinang ito, ipinagdiriwang natin ang higit pa sa karangyaan ng mga pagkain; ipinagdiriwang natin ang sining ng pagsasanib—ang tuluy-tuloy na paghahalo ng mga lasa, diskarte, at salaysay na pumukaw sa mismong diwa ng sari-sari at pabago-bagong pamana sa pagluluto.

Isipin ang iyong sarili na bumabalik-balik sa mga pahinang ito, bawat isa ay isang portal patungo sa mataong kusina ng Caribbean. Ipikit mo ang iyong mga mata, at hayaang dalhin ka ng mga mabangong pampalasa, makulay na kulay, at napakaraming impluwensya sa isang lugar kung saan walang hangganan ang pagkamalikhain sa pagluluto. Ang afro-caribbean culinary travels ay higit pa sa isang compendium ng mga recipe; ito ay isang pagdiriwang ng katatagan, pagkamalikhain, at ang kayamanan ng kultura na tumutukoy sa mga komunidad ng Afro-Caribbean.

Ang bawat recipe sa loob ng koleksyong ito ay isang brushstroke, na nag-aambag sa makulay na canvas ng isang culinary journey. Ang sayaw sa pagitan ng pamana at pagbabago, tradisyon at modernidad, ay masalimuot na hinabi sa tela ng bawat ulam. Habang nag-e-explore ka, matutuklasan mo ang mga kuwentong sinasabi ng mga sangkap, ang mga kuwentong bumubulong ng mga diskarte, at ang makulay na kasaysayang ipinahihiwatig ng mga lasa.

Kaya, isaalang-alang ito na isang imbitasyon—isang panawagan na sumali sa amin sa paggalugad ng mga kababalaghan sa pagluluto ng Afro-Caribbean. Ang bawat ulam ay isang piraso ng sining, maingat na ginawa upang dalhin ka sa pinakapuso ng afro-caribbean culinary travels. Sa pagsisimula mo sa culinary odyssey na ito, hayaang ang bawat kagat ay maging isang hakbang sa isang magkakaibang at mapang-akit na mundo kung saan ang diwa ng kulturang Afro-Caribbean ay napakagandang nakapaloob sa pagdiriwang ng pagkain. Hayaan ang paglalakbay, at nawa'y ang bawat recipe ay maging isang masarap na kabanata sa iyong sariling paggalugad ng afro-caribbean culinary travels. Hayaang maging gabay mo ang masigla at masarap na mundo sa loob ng mga page na ito, at hayaang magsimula ang paglalakbay sa Afro-Caribbean culinary wonders.

STARTERS AT MERYenda

1. Marinated Coconut Shrimp

MGA INGREDIENTS:
- 1 kutsarang red pepper flakes
- 1 lemon seeded at juiced
- 1 kutsarang cilantro
- 1 kutsarang mint
- 1/4 tasa ng langis ng oliba
- 1/4 tasa ng toyo
- 1/3 tasa hinimay na niyog

INSTRUCTIONS:

a) I-marinate ang iyong binalatan at deveined na hipon sa loob ng 2-3 oras.

b) Tuhog at pagkatapos ay barbecue.

2. Homestyle jerk chicken wings

Gumagawa ng 16 na pakpak

MGA INGREDIENTS:
- 4 kutsarita na all-purpose seasoning
- 2 kutsaritang giniling na luya
- 6 na kutsarang suka ng cider
- 1 Scotch bonnet chilli, tinadtad nang pino
- 2 kutsarita ng pinong gadgad na nutmeg
- 2 kutsarang langis ng oliba
- 16 pakpak ng manok
- lime wedges, upang ihain

INSTRUCTIONS:
a) Paghaluin ang lahat ng mga sangkap maliban sa manok sa isang mababaw na ulam pagkatapos ay idagdag ang mga pakpak, iikot ang mga ito upang maging maayos. Takpan at i-marinate sa refrigerator, perpektong magdamag, o hindi bababa sa isang oras.

b) Sindihan ang barbecue humigit-kumulang 30 minuto bago mo gustong kumain, upang mamatay ang apoy, ang mga uling ay may patong na kulay abong abo at makagawa ng tuluy-tuloy na init.

c) I-barbecue ang mga pakpak ng manok nang humigit-kumulang 10–15 minuto, baligtarin ang mga ito kapag may tagpi-tagpi na kayumanggi. Suriin na ang mga ito ay talagang luto sa pamamagitan ng dulo ng isang kutsilyo - dapat walang pink na karne at ang mga juice ay magiging malinaw. Ihain na may kasamang mga butil ng kalamansi para pisilin.

3. Inihaw na Mais na may Shadon Beni Butter

Gumagawa: 8 servings

MGA INGREDIENTS:
- 8 tainga ng mais
- 8 kutsarang inasnan na mantikilya, sa temperatura ng kuwarto
- 3 kutsarang pinong tinadtad na sariwang culantro o cilantro
- 2 scallion, parehong puti at berdeng bahagi, pinutol at tinadtad
- 1 sibuyas na bawang, tinadtad
- Bagong giniling na itim na paminta

INSTRUCTIONS:
a) Isara ang mais at itabi ito habang inihahanda mo ang shadon beni butter.
b) Ilagay ang mantikilya, culantro, scallion, at bawang sa isang food processor at iproseso hanggang makinis. Timplahan ng paminta ang mantikilya sa panlasa at ilipat ito sa isang mangkok. Bilang kahalili, kung ang mga halamang gamot at bawang ay pinong tinadtad, maaari mong haluin ang mga ito sa mantikilya sa isang mangkok.
c) I-set up ang grill para sa direktang pag-ihaw at painitin muna sa mataas.
d) Kapag handa nang lutuin, i-brush at langisan ang grill grate. Ayusin ang mais sa mainit na rehas na bakal at ihaw, paikutin gamit ang mga sipit, hanggang sa makinis na kayumanggi ang lahat, 8 hanggang 12 minuto. Habang nagluluto ang mais, i-brush ito paminsan-minsan gamit ang shadon beni butter.
e) Alisin ang mais mula sa grill at i-brush ito muli gamit ang shadon beni butter. Ihain nang sabay-sabay.

4.Cuban Sandwich na May Caribbean Pork

MGA INGREDIENTS:
- 1 pakete Caribbean Jerk Marinade Mix
- 1/2 tasa ng orange juice
- 1 1/2 lb pork tenderloin
- 6 malambot na kaiser roll
- 1/4 tasa inihanda dilaw na mustasa
- 8 oz hiniwang ham
- 8 oz na hiniwang Swiss cheese
- Mga hiwa ng dill pickle

INSTRUCTIONS:

a) Pagsamahin ang marinade mix at orange juice sa isang resealable bag. Magdagdag ng baboy, lumiliko sa amerikana. I-marinate sa refrigerator sa loob ng 30 minuto.

b) Alisin ang baboy mula sa pag-atsara; itapon ang marinade. Mag-ihaw ng baboy sa direktang katamtamang init sa loob ng mga 20 hanggang 25 minuto, paminsan-minsan, hanggang sa ang panloob na temperatura ay hindi bababa sa 150°F.

c) Alisin sa cutting board at hayaang magpahinga ng hindi bababa sa 10 minuto. Gupitin sa manipis na hiwa.

d) Upang mag-assemble ng mga Cuban sandwich, ikalat ang mustasa sa ibabang kalahati ng bawat kaiser roll. Itaas ang ham, hiniwang baboy, hiwa ng dill pickle, Swiss cheese at kalahating bahagi ng bun.

e) Magluto sa panini maker o sa isang nonstick skillet sa medium-high heat sa loob ng 3 hanggang 4 na minuto, hanggang sa matunaw ang keso.

5. Caribbean Beef Burgers na may Mango Salsa

Gumagawa ng: 4 SERVINGS

MGA INGREDIENTS:
- 1-1/2 pounds Ground Beef
- 2 kutsarang Caribbean jerk seasoning

MANGO SALSA:
- 1 malaking mangga, binalatan, tinadtad nang magaspang
- 1 kutsarang tinadtad na sariwang cilantro
- 1 kutsarang tinadtad na berdeng sibuyas
- 1 kutsarang pinong tinadtad na seeded jalapeño pepper
- 1 kutsarang sariwang katas ng kalamansi

INSTRUCTIONS:

a) Pagsamahin ang Ground Beef at jerk seasoning sa malaking mangkok, ihalo nang bahagya ngunit lubusan. Hugis sa apat na 3/4-inch makapal na patties.

b) Maglagay ng mga patties sa grid sa ibabaw ng medium, natatakpan ng abo na mga uling.

c) I-ihaw, natatakpan, 11 hanggang 15 minuto, hanggang sa ang instant-read na thermometer na ipinasok nang pahalang sa gitna ay magrerehistro ng 160°F, paminsan-minsan. Timplahan ng asin, ayon sa gusto.

d) Tip ni Cook: Ang mga oras ng pagluluto ay para sa sariwa o lubusang lasaw na giniling na karne ng baka. Ang giniling na karne ng baka ay dapat luto sa panloob na temperatura na 160°F.

e) Samantala, pagsamahin ang mga sangkap ng salsa sa katamtamang mangkok, paghahalo nang bahagya. Ihain ang mga burger na may salsa.

6.Inihaw na cuban sandwich

Gumagawa: 4 Servings

MGA INGREDIENTS:
- 4 na sandwich roll
- 8 hiwa ng baboy loin
- 8 hiwa ng hamon
- Dill
- 8 hiwa ng Swiss cheese
- Dijon mustasa sa panlasa

INSTRUCTIONS:
a) Maghanda ng kahoy o uling na apoy at hayaan itong masunog sa mga baga. Lagyan ng keso, ham, baboy, at atsara ang bawat sandwich.
b) Ihawin ang sanwits, itaas ang gilid pababa sa loob ng 1 minuto, baligtarin at ilagay ang isang kawali sa ibabaw at magpatuloy sa pagluluto hanggang matunaw ang keso mga 3 hanggang 4 na minuto.

7.Bola ng Tamarind

MGA INGREDIENTS:
- 1-1/2 lbs. asukal, humigit-kumulang
- 1 lb. tamarind pulp, nilinis
- 3 tbsp. harina (opsyonal)
- paminta sa panlasa
- asin sa panlasa

INSTRUCTIONS:
a) Maglagay ng humigit-kumulang 1 lb. ng nilinis na sapal ng sampalok sa isang malaking mangkok. Magdagdag ng asin at paminta sa panlasa at mga tatlong kutsarang asukal.
b) Masahin ang mga sangkap habang pinaghihiwalay ang mga buto. Budburan ng kaunting tubig ang sampalok (kaunti lang) para medyo mabasa ito.
c) Ayon sa kung gaano kaasim ang sampalok, mas maraming asukal ang kailangang gamitin. Hayaan ang lasa ang iyong gabay.
d) Magdagdag ng asin upang ayusin ang lasa. Kumuha ng sapat na sampalok at gumulong sa pagitan ng iyong mga kamay upang makagawa ng bola na mga 2 pulgada ang lapad.
e) Sa isang hiwalay na plato o mangkok ibuhos ang ilang asukal at igulong ang bola ng sampalok dito.
f) Mag-imbak sa refrigerator o sa isang malamig na lugar.

8. Caribbean Swiss Griller

MGA INGREDIENTS:
MANGO SALSA
- 1/2 na mangga, 1/4-inch na diced
- 1/4 pulang sibuyas, 1/4-pulgada na diced
- 1/4 red bell pepper, 1/4-inch na diced
- 1 kutsarang sariwang katas ng kalamansi
- Kurutin ang asukal
- 1/2 kutsarita kosher salt
- Bagong giniling na itim na paminta
- Sa isang mangkok, paghaluin ang mangga, pulang sibuyas, kampanilya,
- katas ng kalamansi, asukal, asin, at paminta gamit ang isang kahoy
- kutsara. Itabi hanggang handa nang gamitin.

SANDWICH
- 3 kutsarang mantikilya, sa temperatura ng kuwarto
- 1 kutsarang Orange Habanero Seasoning
- 8 hiwa ng sariwang tinapay na Italyano
- 1/4 tasa ng honey mustard
- 8 ounces Swiss cheese, hiniwa

INSTRUCTIONS:
a) Sa isang maliit na mangkok, paghaluin ang mantikilya at Sweet Orange Habanero Seasoning.
b) Ikalat ang pinaghalong mantikilya sa 1 gilid ng bawat hiwa ng tinapay.
c) Maglagay ng 4 na hiwa ng tinapay sa ibabaw ng iyong trabaho, nilagyan ng mantikilya pababa at ikalat ang honey mustard sa gilid na nakaharap pataas. Ilagay ang mga 2 kutsara ng mango salsa sa ibabaw ng honey mustard na sinundan ng Swiss cheese.
d) Ilagay ang natitirang 4 na hiwa ng tinapay sa itaas, may mantikilya sa gilid.

PAG-IGING NG SANDWICH
a) Idagdag ang natitirang pinaghalong mantikilya sa isang nonstick skillet sa katamtamang init sa loob ng 2 minuto.
b) Ilagay ang mga sandwich sa kawali at takpan ng takip upang matiyak na pantay ang pagluluto.
c) I-flip ang mga sandwich kapag ang ilalim ay ginintuang at pindutin nang napakahigpit, lutuin ng 2 hanggang 3 minuto, o hanggang sa matunaw ang keso.
d) Lumiko muli, pindutin gamit ang isang spatula, at lutuin ng 30 segundo.
e) Alisin sa kawali, gupitin pahilis at palamutihan ng natirang mango salsa.

SOUPS, SINGA AT SILI

9. Ackee At Saltfish

Gumagawa: 4 Servings

MGA INGREDIENTS:
- 2 de-latang Ackee
- 1 libra ng Saltfish
- 1 tangkay ng scallions Tinadtad
- 2 Sprig thyme
- 1 sibuyas na hiniwa
- 1 kamatis Diced
- 1 matamis na paminta
- ¼ Scotch bonnet pepper Inalis ang mga buto
- ½ kutsarita Itim na paminta
- 2 kutsarang mantika sa pagluluto

INSTRUCTIONS:
a) Ibabad ang saltfish sa malamig na tubig sa loob ng dalawang oras. Alisan ng tubig
b) Ilagay ang saltfish sa isang palayok at takpan ito ng sariwang tubig.
c) Pakuluan ng 15 minuto, at pagkatapos ay alisan ng tubig. Payagan ang paglamig
d) I-debone ang saltfish at alisin ang balat.
e) I-flake ang isda gamit ang isang tinidor.
f) Init ang mantika sa isang kawali sa katamtamang apoy.
g) Igisa ng 3 minuto habang nilalagay ang sibuyas, tim, kamatis, paminta, scotch bonnet pepper, at scallion.
h) Ipagpatuloy ang pagluluto ng 3 minuto pa pagkatapos idagdag ang mga natuklap ng saltfish.
i) Idagdag ang ackee at kumulo para sa karagdagang 10 hanggang 15 minuto.
j) Idagdag ang itim na paminta, alisin mula sa init at plato.

10.Bahamas na sopas ng isda

Gumagawa: 4 Servings

MGA INGREDIENTS:
- 4 tasang Tubig
- 1 kutsarita ng Asin
- 2 patatas; binalatan hinati, at diced
- 1 kutsarita Mantikilya
- ½ tasa ng hiniwang karot
- 4 na hiwa ng Bacon
- 2 maliit na sariwa o adobo na sili ng Tabasco
- ¼ kutsarita ng giniling na itim na paminta
- 1 sibuyas, hiniwa ng manipis
- 1½ pounds na walang buto na filet ng Halibut o Sea bass
- ½ tasa hiniwang kintsay

INSTRUCTIONS:
a) Pakuluan ang tubig sa isang malaking kasirola, pagkatapos ay idagdag ang patatas, sibuyas, bacon, asin, paminta, at tinadtad na sili.
b) Magdagdag ng kintsay o karot.
c) Dahan-dahang pakuluan ang patatas hanggang sa lumambot, pagkatapos ay idagdag ang salmon.
d) Ibaba ang apoy at hayaang kumulo ang ulam hanggang sa halos maluto ang isda.
e) Kung ninanais, magdagdag ng isang halaga ng mantikilya, ayusin ang pampalasa, at ihain kaagad.

11. Beef, Veggies, at Rice Soup

Gumagawa: 10 Servings

MGA INGREDIENTS:
- 1 pakete ng maikling tadyang
- 2 libra ng karne ng baka na nilagang karne ng cubed
- ⅓ tasa ng langis ng oliba upang ihagis ang karne
- 2 kutsarang adobo
- 1 kutsarang tomato paste
- 2 kutsarang langis ng oliba
- 1 ulo ng bawang hindi kailangan pagbabalat
- ¼ kutsarita ng itim na paminta
- ½ kutsarita ng asin
- Tubig
- 2 chicken bouillon cubes
- ½ tasang paminta na hiniwa nang manipis
- ½ buong dilaw na sibuyas, binalatan
- 1 bungkos ng cilantro
- 1 zucchini, cubed
- 2 corn on the cob hiniwa sa 5 piraso
- ¼ tasang long-grain rice
- 2 patatas na binalatan at hiniwa
- 1 karot na malaki, binalatan at pinutol
- 2 tangkay ng kintsay, hiniwa
- 1 tasa ng yucca ay binalatan at hiniwa sa mga tipak
- 1 kalamansi, tinadtad

INSTRUCTIONS:
a) Ilagay ang isang buong ulo ng bawang, nang hindi ito binabalatan, sa isa pang kawali na may langis ng oliba sa katamtamang init habang ang karne ay naninigas.
b) Igisa ng humigit-kumulang 5 minuto, o hanggang sa ito ay maging matingkad na ginintuang kayumanggi. Itabi.
c) Sa isang malaking kaldero, init ang langis ng oliba sa katamtamang init.
d) Idagdag ang karne ng baka, at igisa sa loob ng 10 hanggang 15 minuto.
e) Timplahan ng asin at paminta ang karne.
f) Magdagdag ng sapat na tubig upang ganap na masakop ang karne ng baka.
g) Idagdag ang ulo ng bawang kasama ang mga sili at sibuyas.
h) Takpan ang kawali at lutuin ang karne ng baka sa katamtamang init hanggang sa lumambot, mga 1 oras kung gumagamit ka ng maiikling tadyang.
i) Magdagdag ng 3 hanggang 4 na tasa ng tubig sa kasirola kapag malambot na ang karne, at pakuluan muli.
j) Magdagdag ng adobo, tomato paste, chicken bouillon, patatas, karot, kintsay, yucca, mais, at kanin.
k) Pakuluan ng isa pang 10 minuto.
l) Idagdag ang cilantro at katas ng kalamansi.
m) Idagdag ang zucchini at lutuin ito hanggang malambot.
n) Maglingkod, at magsaya!

12. Black Bean Soup

Gumagawa: 8 Servings

MGA INGREDIENTS:
- 4 cloves ng bawang, tinadtad
- 8 ounces black beans, hugasan at ibabad sa magdamag
- 7 tasang low-sodium stock ng manok, o tubig
- ½ tasang flat beer
- ¾ tasa ng maitim na rum
- 2 sibuyas, diced
- 2 kutsarang mantikilya o margarin
- 1 tasa ng kintsay, pinong tinadtad
- 1 berdeng kampanilya na paminta, nabinhi at tinadtad
- 1 pulang kampanilya paminta, seeded at diced
- 2 chili peppers, pinagbinhan at tinadtad
- 2 carrots, binalatan at diced
- ½ tasa ng de-latang durog na kamatis
- 1½ kutsarang giniling na kumin
- 1 kutsarita ng pulang mainit na sarsa
- ½ kutsarang sili na pulbos
- ½ kutsarita sariwang giniling na itim na paminta
- ½ kutsarita ng asin
- ¼ kutsarita ng cayenne pepper
- 1 kutsarang sariwang cilantro, tinadtad

INSTRUCTIONS:
a) Alisan ng tubig ang black beans at pagsamahin ang mga ito sa stock, beer, rum, bawang, at kalahati ng mga sibuyas sa isang kasirola.
b) Magluto, paminsan-minsang pagpapakilos, sa loob ng 1½ oras sa mababang init.
c) Magdagdag ng hanggang 2 tasa ng kumukulong tubig, at kumulo ng 15 minuto.
d) Sa isang food processor, purée ang bean mixture.
e) Matunaw ang mantikilya sa isa pang kawali. Idagdag ang natitirang mga sibuyas, kasama ang kintsay, paminta, at karot.
f) Igisa ang mga gulay sa loob ng 5 hanggang 7 minuto, o hanggang sa lumambot ngunit hindi malambot.
g) Idagdag ang ginisang gulay, dinurog na kamatis, pinaghalong purong, at mga pampalasa sa kasirola.
h) Paghalo paminsan-minsan, dalhin sa kumulo at lutuin ng mga 15 minuto.
i) Agad na ihain na may kasamang isang piraso ng kulay-gatas o yogurt.

13. Bouillon Soup

Gumagawa: 6 Servings

MGA INGREDIENTS
- 2 pounds beef shanks, binanlawan at tinuyo
- Opsyonal ang 4 na malambot na asul na alimango
- 2 kutsarang sariwang katas ng kalamansi
- ½ kutsarita ng ground black pepper
- 1 kutsarang asin
- 2 tablespoons perehil tinadtad
- 2 scallions pinong tinadtad
- 1 sanga ng thyme
- 3 kutsarang bawang na pinong tinadtad
- 2 ¼ tasa ng all-purpose na harina
- 1 tasang tubig
- 1 kutsarita ng asin
- 1 kutsarita black pepper ground
- ¼ kutsarita ng matamis na paprika
- 2 kutsarang langis ng oliba
- 1 puting sibuyas na tinadtad
- 1 green bell pepper tinadtad
- 2 kamatis na tinadtad
- 2 malanga o Yautia. binalatan at kubo
- 1 berdeng plantain na binalatan at hiniwa
- 4 na tasa ng spinach na mahusay na nakaimpake
- 1 chayote binalatan at cube
- 2 carrots peeled at hiwa sa hiwa
- 2 parsnips ay binalatan at hiniwa
- 2 patatas na binalatan at hiniwa
- 2 katamtamang puting kamote na binalatan at ginupit
- 2 kutsarang beef bouillon powder
- Kurutin ang pulbos ng bawang ayon sa panlasa
- Kurutin ang asin ayon sa panlasa
- Kurutin ang paminta sa panlasa
- ½ ng mainit na paminta o ¼ kutsarita ng mainit na sarsa

INSTRUCTIONS:

a) I-marinate ang karne magdamag sa isang mangkok na may katas ng kalamansi, perehil, asin, itim na paminta, bawang, scallions, at thyme.
b) Alisin, at pakuluan ang karne, unti-unting magdagdag ng tubig.
c) Pagsamahin ang harina, tubig, asin, paminta, at matamis na paprika sa isang mangkok.
d) Bumuo ng mga dumpling gamit ang isang kutsara o ang iyong mga kamay. Itabi.
e) Kung gumagamit ka ng mga asul na alimango, linisin ang mga ito, alisin ang shell, at gupitin ang mga ito sa kalahati sa gitna.
f) Maglagay ng mantika, sibuyas, at berdeng paminta kasama ng mga asul na alimango sa isang malaking kaldero at init sa katamtamang apoy sa loob ng dalawa hanggang tatlong minuto.
g) Idagdag ang parsnip, carrot, kamatis, spinach, at chayote. Magluto ng 4 hanggang 5 minuto.
h) Magdagdag ng 8 tasa ng tubig, takpan, at pakuluan.
i) Hayaang kumulo ang mga gulay sa loob ng 7 hanggang 8 minuto.
j) Idagdag ang iba pang mga sangkap, kabilang ang karne at dumplings.
k) Takpan nang maluwag at hayaang kumulo sa loob ng 25 hanggang 30 minuto, o hanggang ang lahat ng sangkap, kabilang ang mga dumplings, ay lubusang maluto.
l) Ihain nang mainit.

14. Kayumangging Nilagang Isda

Gumagawa: 2 Servings

MGA INGREDIENTS

PARA SA ISDA
- 1 kutsarita ng pink na asin
- 2 buong isda tulad ng snapper o parrot
- 1½ kutsarang pampalasa ng isda
- 1 kutsarita ng itim na paminta

PARA SA BROWN STTEW GRAVY
- 8 sanga ng thyme
- 8 pimento berries
- ½ pulang kampanilya paminta, hiniwa
- ½ orange bell pepper
- 1 medium carrot julienne
- 1½ kutsarang homemade browning sauce
- 1 kutsarita na pampalasa ng isda
- langis ng oliba para sa pagprito
- 1 sibuyas, hiniwa
- 2 scallion, hiniwa
- 4 na sibuyas ng bawang, tinadtad
- 3 kutsara ng tomato paste
- 2 kutsarang mantikilya na walang gatas
- 1½ tasang mainit na tubig

INSTRUCTIONS:

a) Kuskusin ang isda sa magkabilang gilid ng fish seasoning, black pepper, at asin.
b) Ilagay ang mantika sa isang malaking nonstick na kawali o kawali at painitin ito hanggang sa ito ay mainit.
c) Ilagay ang isda sa kawali, bawasan ang apoy sa medium, at igisa ang magkabilang panig.
d) Patuyuin ang mantika bago ibalik ang kawali sa apoy.
e) Magdagdag ng 2 kutsarita ng mantika sa kawali at igisa ng 2 hanggang 3 minuto kasama ang sibuyas, bawang, bell peppers, carrot, scallion, pimento, thyme, at scotch bonnet.
f) Idagdag ang tubig, browning sauce, at 1 kutsarita ng fish spice.
g) Panghuli, idagdag ang isda at lagyan ng mantikilya upang ito ay matunaw sa ulam.
h) Takpan ang kawali, at kumulo ng 10 minuto.
i) Regular na i-baste ang isda para makapasok ang gravy sa isda.
j) Maglingkod, at magsaya.

15. Callaloo Sopas

Gumagawa: 4-6 servings

MGA INGREDIENTS
- 6 tasa ng callaloo o spinach
- 1½ tasa ng kamote na diced
- 1½ tasa ng butternut squash, diced
- 1 sibuyas na hiniwa
- 4 na sibuyas ng bawang na tinadtad
- ½ kutsara ng pinatuyong thyme
- ¼ ng isang scotch bonnet hindi masyadong marami
- 1 kutsarita ng Himalayan pink salt
- 1 scallion o 3 ang tinadtad
- ¼ kutsarita ng itim na paminta
- 4-5 okras na hiniwa
- 2 tasa ng stock ng gulay
- 2 tasang gata ng niyog
- 2 kutsarang langis ng niyog

INSTRUCTIONS:
a) Painitin muna ang isang mabigat na kasirola sa katamtamang init bago idagdag ang langis ng niyog.
b) Igisa ang bawang, sibuyas, at scallion sa loob ng isang minuto, o hanggang sa lumambot ang mga sibuyas.
c) Idagdag ang diced butternut, kamote, at okra.
d) Hayaang magpawis ang mga gulay sa kawali sa loob ng dalawa hanggang tatlong minuto, patuloy na pagpapakilos upang maiwasan ang pagkasunog.
e) Idagdag ang scotch bonnet, thyme, asin, at paminta habang hinahagis ang mga gulay.
f) Idagdag ang spinach o callaloo sa kawali.
g) Idagdag ang gata ng niyog at stock ng gulay, pagkatapos ay i-low ang apoy.
h) Takpan ang kawali gamit ang takip at hayaang kumulo ang pinaghalong hanggang lumapot, hanggang isang oras.
i) Kapag naabot na ang kinakailangang kapal, maaari kang mag-pulso gamit ang isang immersion stick blender upang makamit ang mas parang sopas na pare-pareho.

16.Chapea

Gumagawa: 6 na servings

MGA INGREDIENTS
- ¼ tasang tinadtad na sibuyas
- 5 sibuyas ng bawang, tinadtad
- ½ berdeng paminta, tinadtad
- 2 tasa low-sodium vegetable sabaw, hinati
- 3 tasang tubig
- 1 tasang hilaw na bigas
- ¼ tasa gadgad na karot
- 1½ tasang tinadtad na cauliflower
- 2 tasang niluto o de-latang pinto beans, pinatuyo
- 1½ tasang diced butternut squash
- ¼ tasa tinadtad na sariwang cilantro
- 1 kutsarang lemon juice
- Asin at itim na paminta, sa panlasa

INSTRUCTIONS:
a) Sa isang malaking kaldero, lutuin ang kampanilya, sibuyas, at bawang sa 2 kutsarang stock ng gulay hanggang sa sila ay maging kayumanggi.
b) Pakuluan ang natitirang sabaw ng gulay at tubig.
c) Idagdag ang kanin, beans, kalabasa, cauliflower, at karot.
d) Magluto ng 20 minuto sa mababang init na may takip.
e) Paghaluin ang lemon juice at cilantro.
f) Magluto ng karagdagang 5 minuto habang natatakpan.
g) Magdagdag ng asin at itim na paminta sa panlasa.

17. Chicken Paa Sopas

Gumagawa: 5

MGA INGREDIENTS
- 2 libra ng paa ng manok
- 2 kutsarang suka
- 2-galon na tubig
- 1 kutsarita ng asin
- 1 kutsarita ng itim na paminta
- 5 cloves ng bawang, tinadtad
- ½ libra na kalabasa na nakakubo
- 1 patatas
- ½ pounds Caribbean yam, binalatan at ni-cubed
- 2 karot
- 2 singkamas
- 1 Cho-Cho chayote
- ½ pinakuluang dumpling recipe
- 1 sanga ng thyme
- 1 tangkay ng scallion, tinadtad ng maliit
- 1 pakete ng Pumpkin noodle na sopas

INSTRUCTIONS:
a) Hugasan ang paa ng manok sa malamig na tubig at 2 kutsarang suka. Alisan ng tubig.
b) Ilagay ang karne sa isang malaking palayok na may bawang, kalabasa, asin, paminta, at 1 quart ng tubig.
c) Kumulo sa loob ng 45 minuto na may takip.
d) Idagdag ang tinadtad na mga gulay at ihalo nang lubusan.
e) Magdagdag ng ½ galon ng tubig, takpan, at magluto ng 30 minuto.
f) Pagkatapos ng 15 minuto, idagdag ang dumplings sa palayok at ihalo nang lubusan.
g) Idagdag ang noodles, scallion, at thyme.
h) Haluing mabuti, pagkatapos ay lutuin ng isa pang 10 minuto.
i) Alisin ang takip, ihalo nang maigi, ilagay muli, at pakuluan ng karagdagang 6 na minuto.

18. Chicken Sopas

Gumagawa: 6 na servings

MGA INGREDIENTS
- 1½ -2 pounds na manok, gupitin sa mga tipak
- 10 tasang tubig 2 ½ litro
- Ang 1 pounds na kalabasa ay maaaring gumamit ng 1 butternut squash, tinadtad
- 2 patatas Irish o kamote, tinadtad
- 1 Chocho tinadtad
- 2 karot na tinadtad
- 2 scallion tinadtad
- 6 na sanga ng thyme
- Scotch bonnet
- 8 pimento berries

PARA SA MGA DUMPLING AT SPINNER
- 2 tasa ng gluten-free na harina 260g
- ½ tasang tubig
- ½ kutsarita ng pink na asin

INSTRUCTIONS:
a) Pakuluan ang isang palayok ng tubig.
b) Idagdag ang manok, kalahati ng kalabasa o kalabasa, at ang pimento berries.
c) Pakuluan ang timpla sa loob ng 30 minuto na may takip, o hanggang sa maluto ang manok at malambot ang kalabasa o kalabasa.
d) Gumamit ng tinidor upang i-mash ang kalabasa o kalabasa.
e) Upang gawin ang iyong mga dumplings, pagsamahin ang harina at pink na asin sa isang medium na mangkok, at pagkatapos ay unti-unting idagdag ang tubig.
f) Pagsamahin ang tubig at harina para makabuo ng dough ball.
g) Kumuha ng isang maliit na piraso ng kuwarta at igulong ito sa iyong palad.
h) Gawing mga disc ang doughball upang makagawa ng mga dumpling na karaniwang nabubuo.
i) Dahan-dahang ilagay ang bawat spinner at dumpling sa kumukulong sabaw.
j) Idagdag ang natitirang pumpkin o squash, scallion, Chocho, patatas, carrots, thyme, homemade cock soup blend, at scotch bonnet.
k) Takpan ang kaldero, at hayaang kumulo ang sabaw sa loob ng 45 minuto o hanggang lumapot.

19. Chicken Souse

Gumagawa: 4

MGA INGREDIENTS:
- 2 kilo ng pakpak ng manok at drumstick
- ½ tasa ng sariwang kinatas na katas ng kalamansi
- 2 carrots binalatan at tinadtad
- 2 hiwa ng kintsay
- 3 scotch bonnet habanero, serrano, o jalapenos, tinadtad
- 4 dahon ng bay
- 1 kutsarang itim na paminta
- 1 kutsarang tinimplahan ng asin
- 1 kutsarang allspice
- Asin sa panlasa
- 1 kutsarang mantika
- 1 puti o dilaw na sibuyas
- 2 patatas na binalatan at hiniwa
- 2 kutsarita sariwang thyme

INSTRUCTIONS:
a) Pagsamahin ang kalamansi, pampalasa ng asin, paminta, allspice, at bay leaves sa isang ziplock bag.
b) Ihagis ang manok, ihalo nang husto ang lahat, at i-marinate ng 12 hanggang 24 na oras.
c) Init ang mantika sa isang malaking Dutch oven sa katamtamang init.
d) Idagdag ang mga piraso ng manok at init hanggang kayumanggi sa lahat ng panig, inilalaan ang marinade.
e) Idagdag ang mga sibuyas, karot, at kintsay at igisa ng 5 minuto o hanggang malambot.
f) Isama ang patatas at thyme.
g) Ilagay sa kaldero ang manok na na-brown at ang marinade na na-save.
h) Punan ang palayok ng sapat na tubig para matakpan ang manok.
i) Pakuluan, pagkatapos ay bawasan ang apoy at kumulo sa loob ng 45 minuto, o hanggang sa mahulog ang karne ng manok mula sa buto.
j) Alisin ang manok, i-debone ito, at pagkatapos ay idagdag muli ang karne ng manok sa kasirola.
k) Magdagdag ng asin ayon sa panlasa.
l) Kunin ang bay leaves at allspice berries.
m) Ihain kasama ng mga Johnny cake, dagdag na kalamansi, at lumang maasim.

20. Chicken na may black beans

Gumagawa: 6 Servings

MGA INGREDIENTS:
- Nonstick cooking spray
- ¼ kutsarita asin
- 2 siwang bawang, tinadtad
- 1 tasa sabaw ng manok
- 8 onsa Tomato sauce
- ¼ kutsarita Paminta
- ½ kutsarita kanela
- ¼ kutsarita Mga clove, lupa
- 1 libra na walang balat Mga suso ng manok
- 2 kutsarita mantikilya
- 1 sibuyas
- ¼ tasa Banayad na rum
- 1 berdeng kampanilya na paminta, may binhi at hiniwa
- ¼ kutsarita asin
- gitling Cayenne pepper
- 16 onsa Black beans, pinatuyo

INSTRUCTIONS:
a) Mag-spray ng nonstick cooking spray sa isang kawali.
b) Timplahan ng asin at paminta ang manok at igisa ito sa isang kawali sa katamtamang apoy sa loob ng 8 hanggang 10 minuto, o hanggang ang mga piraso ay magsimulang kayumanggi.
c) Hayaang lumamig, at pagkatapos ay hiwain ito sa manipis na piraso. Itabi.
d) Matunaw ang margarine sa parehong kawali.
e) Idagdag ang sibuyas at bawang.
f) Ibuhos ang 2 kutsarang sabaw sa kawali.
g) Lutuin ang sibuyas sa loob ng 5 hanggang 6 na minuto, haluin nang madalas, o hanggang ito ay malambot.
h) Sa kawali, idagdag ang tomato sauce, natitirang stock, at rum.
i) Ilagay ang mga seasonings, green pepper, at manok na itinabi. Pakuluan.
j) Takpan ang kawali, at kumulo ng 15 minuto, o hanggang sa maluto ang manok at lumapot ang likido.
k) Idagdag ang beans at init para sa isa pang 2-3 minuto.
l) Ihain kasama ng kanin.

21. Caribbean Avocado Soup

Gumagawa: 6 Servings

MGA INGREDIENTS:
- 3 hinog na abukado
- ½ tasa ng yogurt
- 2½ tasang organic na stock ng manok
- 1 kutsarita ng curry powder
- 1 kutsarita ng asin
- ¼ kutsarita puting paminta

INSTRUCTIONS:
a) Hatiin ang mga avocado nang pahaba, i-scoop ang laman mula sa lima sa mga kalahati, at magreserba ng kalahati para sa dekorasyon.
b) Magdagdag ng isang tasa ng stock ng manok sa blender kasama ang mga avocado. Haluin.
c) Punan ang blender ng yogurt, ang natitirang 1 tasa ng stock, asin, puting paminta, at curry powder. Haluin muli.
d) Palamigin ng 5 hanggang 10 minuto sa refrigerator.
e) Ihain kaagad, at itaas ang bawat ulam na may ilang hiwa ng nakareserbang avocado.

22.nilagang manok ng Caribbean

Ginagawa: 1 Paghahain

MGA INGREDIENTS:
- 3 kutsara Walang asin na mantikilya
- 3½ libra Pagprito ng mga manok, gupitin sa mga piraso ng paghahatid
- 2 kutsara Sariwang luya, tinadtad
- ¼ kutsarita Ground cardamom
- 3 Singkamas, binalatan at nilagyan ng cube
- 1 Sariwang habanero, jalapeno, o serrano pepper, may binhi at tinadtad
- Asin sa panlasa
- 1 kutsara Curry powder
- 1 kutsarita Dinurog na turmeric
- ¼ kutsarita Ground allspice
- 2 Mga sibuyas, gupitin sa mga wedges
- ¾ tasa Sabaw ng manok

INSTRUCTIONS:
a. Sa isang malaking kaldero ng sopas sa katamtamang init, tunawin ang kalahati ng mantikilya.
b. Lutuin ang manok ng 8 hanggang 10 minuto para kayumanggi ang magkabilang panig.
c. Idagdag ang paminta at luya.
d. Magdagdag ng asin sa panlasa at ihalo ang natitirang mga pampalasa.
e. Magdagdag ng mga sibuyas, singkamas, at ½ tasa ng stock.
f. Takpan at dahan-dahang pakuluan ang manok sa loob ng 40 minuto, o hanggang sa maluto ito nang husto.
g. Idagdag ang natitirang mantikilya sa sarsa at lagyan ng kanin ang manok.

23.Caribbean na sopas ng manok-gulay

Gumagawa: 4 Servings

MGA INGREDIENTS:
- 1 tasa Tinadtad na sibuyas
- ½ tasa Tinadtad na kintsay
- ½ tasa Pula at berdeng kampanilya paminta, diced
- ½ kutsarita Pinatuyong thyme
- 1 tasa Tubig
- 2 dahon ng bay
- 1 kutsarita Chili powder
- ½ kutsarita Curry powder
- ¼ kutsarita Ground allspice
- 4½ tasa Mababang sosa sabaw ng manok, tinanggalan ng taba
- ⅛ kutsarita Bagong giniling na itim na paminta
- 1¼ libra Walang balat ang dibdib ng manok na kalahati, buto-in
- ¼ tasa Puting bigas, tuyong sukat
- 14½ onsa Black beans, niluto, binanlawan, at pinatuyo

INSTRUCTIONS:
a) Pagsamahin ang mantika, kintsay, pula o berdeng paminta, at mga sibuyas sa isang malaking palayok.
b) Lutuin ang mga gulay sa loob ng 5 minuto habang hinahalo nang madalas sa sobrang init.
c) Idagdag ang tubig, bay leaves, chili powder, curry powder, thyme, allspice, at black pepper habang hinahalo ang sabaw.
d) Pakuluin pagkatapos idagdag ang manok.
e) Pakuluan ng 25 minuto, o hanggang sa maluto nang husto ang manok. Haluin nang regular.
f) Kapag ang manok ay sapat na upang mahawakan, itabi ito.
g) Gupitin ang manok sa kasing laki ng mga piraso pagkatapos alisin ang mga buto.
h) Idagdag ang beans at kanin sa kaldero.
i) Magluto ng 15 minuto, o hanggang lumambot lang ang kanin.
j) Ibalik ang manok sa kaldero, pagkatapos ay kumulo ng 5 minuto.
k) Itapon ang dahon ng bay.
l) Ihain na nilagyan ng nonfat yogurt at tinadtad na pulang paminta.

24. Coconut Milk Conch Chowder

Gumagawa: 6 Servings

MGA INGREDIENTS:
- 1 libra na karne ng kabibe
- ¼ tasa ng mantika, hinati
- 2 berdeng sibuyas, tinadtad
- Asin at paminta para lumasa
- 1½ kutsarita ng mainit na sarsa
- 1 karot, diced
- 1 tangkay ng kintsay, diced
- 14-onsa na lata ng gata ng niyog
- 2 tasang stock ng isda
- 1 pulang kampanilya paminta, diced
- ½ sariwang butil ng mais
- 2 kutsarang all-purpose na harina
- 1-quart kalahati at kalahati
- 1½ kutsarang gadgad na sariwang ugat ng luya
- 1 bungkos ng sariwang cilantro, tinadtad

INSTRUCTIONS:
a) Pakuluan ang karne ng kabibe sa isang palayok na may tubig sa loob ng 15 minuto. Patuyuin at tadtarin ng pino.
b) Sa isang kawali, magpainit ng 2 kutsarang mantika, pagkatapos ay idagdag ang mais, karot, kintsay, pulang paminta, at berdeng sibuyas. Magluto at haluin ng 5 minuto.
c) Upang makagawa ng roux, tunawin ang natitirang 2 kutsara ng mantika sa isang palayok at ihalo ang harina.
d) Idagdag ang stock ng isda, gata ng niyog, at kalahati at kalahati.
e) Idagdag ang luya at asin at paminta ayon sa panlasa.
f) Haluin ang mga gulay at kabibe sa kaldero.
g) Pakuluan, pagkatapos ay kumulo ng 15 minuto sa mahinang apoy.
h) Idagdag ang spicy sauce at cilantro mixture.
i) Magluto ng isa pang 15 minuto, o hanggang makuha mo ang ninanais na pagkakapare-pareho.

25. Coconut Prawn Soup

Gumagawa: 4

MGA INGREDIENTS:
- 600g ng hilaw na hipon, deveined
- 1 sibuyas na tinadtad
- 2 medium-sized na karot na tinadtad
- 1 pulang kampanilya paminta tinadtad
- 2-3 tasa ng spinach o kale, tinadtad
- 2 scallion tinadtad
- isang dakot ng buong okra
- 4 na sibuyas ng bawang na tinadtad
- 1 kutsarang luya na tinadtad
- 1 lata ng gata ng niyog
- 1 litro ng stock ng gulay
- 1 kutsarita ng seafood seasoning
- 1 kutsarita ng itim na paminta
- 5 sprigs ng sariwang thyme
- 2 kutsarita ng perehil
- 1 scotch bonnet
- ¼ kutsarita ng pulang chili flakes para sa init
- isang piga ng sariwang katas ng kalamansi
- ⅛ kutsarita ng Himalayan pink salt
- langis ng niyog
- 1 kutsara ng balinghoy na hinaluan ng 2 kutsara ng maligamgam na tubig

INSTRUCTIONS:
a) Sa isang medium bowl, pagsamahin ang mga hipon at ang seafood seasoning. Itabi ang mangkok.
b) Sa isang malaking kasirola sa katamtamang init, tunawin ang 2 kutsara ng langis ng niyog.
c) Igisa ang mga sibuyas, scallion, at bawang hanggang sa translucent at malambot.
d) Idagdag ang mga hipon, spinach, bell peppers, at carrots, at kumulo ng karagdagang limang minuto.
e) Timplahan ng black pepper, parsley, thyme, at chili flakes, kung gagamit. Haluin upang timpla.
f) Idagdag ang gata ng niyog at stock ng gulay, at pakuluan.
g) Idagdag ang scotch bonnet at ibaba ang apoy sa mababang setting habang tinatakpan ang kawali.
h) Kumulo ng 20 minuto.
i) Haluin ang tapioca paste pagkatapos ng 15 minuto.

26. Conch Soup

Gumagawa: 6 Servings

MGA INGREDIENTS:
- 1 lemon, tinadtad
- 1 libra na karne ng kabibe na nilinis. pinalambot at tinadtad
- 2 kutsarang langis ng oliba
- 1 puting sibuyas na tinadtad
- 3 dahon ng bay
- 4 cloves bawang tinadtad
- 6 sprigs ng sariwang thyme, stemmed at makinis na tinadtad
- 28-onsa na lata ng diced na kamatis
- 16 onsa ng stock ng manok
- 2 tangkay ng kintsay tinadtad
- 3 karot na tinadtad
- 1 pulang kampanilya paminta tinadtad
- 1 scotch bonnet tinadtad
- asin sa panlasa
- itim na paminta sa panlasa
- 1 kutsarita ng allspice ground
- 1 bungkos ng perehil tinadtad
- ¼ tasa berdeng sibuyas na tinadtad
- 8 ounces ng clam juice
- 1 kutsarang distilled white vinegar

INSTRUCTIONS:
a) Init ang langis ng oliba sa isang 6-quart stock pot hanggang medium-high.
b) Idagdag ang carrots, celery, sibuyas, bell pepper, at scotch bonnets.
c) Igisa hanggang malambot, at pagkatapos ay idagdag ang bay leaves, thyme, allspice, at bawang.
d) Haluin upang pagsamahin, pagkatapos ay ipagpatuloy ang pagluluto hanggang sa mabango.
e) Paghaluin ang mga kamatis, stock ng manok, at katas ng kabibe.
f) Magdagdag ng karne ng kabibe, at lutuin ng 35 minuto nang walang takip.
g) Idagdag ang perehil, berdeng sibuyas, suka, lemon juice, at asin at paminta, at kumulo ng isa pang 5 minuto.
h) Ihain nang mainit.

27.Sabaw ng Mais

Gumagawa: 6 Servings

MGA INGREDIENTS:
- 1½ libra ng Salted Pigtails ay pinutol at pinakuluan
- 1 ¼ tasa Yellow Split Peas, hugasan
- 5 ¼ tasa ng Tubig
- 4 cloves Bawang, durog
- 2 kutsarang Langis ng niyog
- 6 sprigs ng Fresh Thyme
- 1 sibuyas, diced
- 2 tangkay ng Celery, hiniwa
- ¼ tasa tinadtad na sariwang perehil
- 3 scallions, tinadtad
- 3 Pimiento Peppers, diced
- 2 Red Bird's Eye Chili Pepper
- 3 kutsarang Tinadtad na Dahon ng Cilantro
- ¼ kutsarita ng Freshly Ground Black Pepper
- 2 tasang Diced Pumpkins
- 2 tasang Diced Sweet Potatoes
- 2 tasang Chicken Stock
- 1½ tasang Gata ng niyog
- 2 karot, diced
- 4 Hiwa-hiwain ang mais
- 1 lata Creamed Corn
- 1 tasang Frozen Corn
- 1 tasang All-Purpose Flour
- 1 kurot na Asin

INSTRUCTIONS:

a) Pagsamahin ang pinakuluang pigtails sa Yellow Split Peas at Garlic at pakuluan.
b) Pakuluan ng 35-40 minuto o hanggang lumambot ang gisantes.
c) Init ang Langis ng niyog sa katamtamang apoy, pagkatapos ay idagdag ang Sibuyas, Scallions, Fresh Thyme, Pimiento Peppers, Cilantro Leaves, Fresh Parsley, Red Bird's Eye Chili Pepper, Celery, at Freshly Ground Black Pepper. Magluto ng mga 4-5 minuto.
d) Idagdag ang Sweet Potatoes, Pumpkins, at Carrots at haluing mabuti. Pagkatapos ay idagdag ang Chicken Stock at pakuluan ito ng mga 25 minuto.
e) Idagdag ang peas/pigtail sa soup pot, at haluing mabuti.
f) Idagdag ang Coconut Milk, Frozen Corn, at Creamed Corn.
g) Kumulo para sa isa pang 20 minuto.
h) Ilagay ang Tubig, All-Purpose Flour, at Salt sa isang mangkok at masahin para maging malambot na masa. Hayaang magpahinga ang kuwarta ng mga 5 minuto.
i) Hatiin sa 3 mas maliliit na bola at igulong ang bawat bahagi upang bumuo ng isang makapal na dayami, silindro.
j) Gupitin sa kagat-laki ng mga piraso, at idagdag sa kumukulong sopas.
k) Idagdag ang hiniwang piraso ng Mais, at lutuin ng mga 5 minuto.

28.Cow Heel Soup sa Slow Cooker

Gumagawa: 4 hanggang 5 servings

MGA INGREDIENTS:
- 2 kutsarita ng langis ng gulay
- 1 tasang hiniwang sibuyas
- 6 sprigs ng thyme, hinati
- 2 pounds na takong ng baka, tinadtad nang magaspang
- Asin, sa panlasa
- Bagong giniling na itim na paminta, sa panlasa
- 5 tasang tubig
- 1 cube chicken bouillon
- ½ tasang dilaw na split peas
- 8 okra, hinati ng crosswise
- 2 carrots, binalatan at hiniwa ng bilog
- 12 harina dumplings

INSTRUCTIONS:
a) Init ang mantika sa isang kawali at igisa ang mga sibuyas.
b) Idagdag ang mga takong at hayaang maging kayumanggi sa loob ng ilang minuto.
c) Ilipat ang pinaghalong sa isang mabagal na kusinilya.
d) Timplahan ng asin at paminta, idagdag ang tubig at bouillon, kasama ang kalahati ng thyme, at lutuin nang mataas sa loob ng tatlong oras, siguraduhing laging may sapat na tubig.
e) Idagdag ang natitirang mga sangkap, hindi kasama ang mga dumplings, at lutuin nang mahina para sa karagdagang 2 hanggang 3 oras, o hanggang ang karne ay malambot at bumagsak sa buto.
f) Idagdag ang dumplings at hayaang kumulo ng mga 10 minuto.

29. Cuban Caldo gallego na sopas

Ginagawa: 1 palayok

MGA INGREDIENTS
- 2 litrong Tubig
- 1 Ham buto maliit
- 1 Ham hock
- ½ tasa ng Northern beans, ibinabad sa magdamag
- ½ libra ng maiikling tadyang ng Beef
- 1 kutsarita ng Asin
- 2 patatas na hiniwa
- 1 bungkos ng collard greens hinugasan at tinadtad
- ½ tasang sibuyas na tinadtad
- 3 kutsarang mantika ng Bacon
- 1 Blood sausage/Morcilla, hiniwa
- ⅓ tasa ng Green Bell Pepper na tinadtad
- 1 dahon ng bay

INSTRUCTIONS:
a) Pakuluan ang tubig sa isang malaking palayok.
b) Idagdag ang asin, bay leaf, short ribs, at ham bone.
c) Alisin ang anumang foam na nabubuo, bawasan ang init para kumulo, takpan, at ipagpatuloy ang pagluluto sa loob ng 30 minuto.
d) Idagdag ang beans at pakuluan hanggang lumambot.
e) Idagdag ang natitirang mga sangkap, at magpatuloy sa pagluluto, walang takip, para sa karagdagang 10 minuto.

30. Curry Chana Stew Mula sa Trinidad

Gumagawa: 6 na tasa

MGA INGREDIENTS:
- 4 tasang chickpeas, ibinabad sa magdamag
- 1 serrano chile pepper, seeded, at tinadtad
- 3 kutsarita ng curry powder
- 1 kutsarang langis ng oliba
- 1 dilaw na sibuyas
- ¼ kutsarita ng methi/fenugreek
- 1¼ tasa ng tubig, hinati
- 3 sibuyas ng bawang, tinadtad
- ½ kutsarita ng turmerik
- ½ kutsarita ng kumin
- ½ kutsarita ng asin
- 2 kutsarang cilantro, tinadtad

INSTRUCTIONS:
a) Pakuluan ang mga chickpeas sa tubig sa loob ng 1½ oras, o hanggang lumambot.
b) Alisan ng tubig ang beans habang iniimbak ang pagluluto ng likido.
c) Sa isang kaldero sa katamtamang init, init ang langis ng oliba.
d) Idagdag ang mga hiwa ng sibuyas at lutuin ng 5 minuto, o hanggang transparent.
e) Idagdag ang serrano chile at bawang, magluto ng karagdagang 2 hanggang 3 minuto, o hanggang mabango.
f) Paghaluin ang curry powder, cumin, turmeric, at methi nang mga 30 segundo.
g) Ibuhos sa ¼ tasa ng tubig, chickpea cooking liquid, o sabaw habang hinahalo ang timpla.
h) Idagdag ang nilutong chickpeas, at kumulo ng 5 minuto sa mahinang apoy.
i) Alisin ang takip mula sa kaldero, idagdag ang asin at magpatuloy na kumulo para sa isa pang 20 minuto.
j) Ibabaw sa cilantro, at ihain kasama ng brown rice.

31. Eggplant curry soup

Gumagawa: 4 Servings

MGA INGREDIENTS:
- 1 Sibuyas, binalatan at tinadtad
- 1 kutsara Tinadtad na bawang
- 1 Pinausukang ham hock
- 2 quarts Sabaw ng manok
- ½ tasa Malakas na cream
- ½ lata cream ng niyog
- 4 Talong, binalatan at gupitin sa dice
- ¼ tasa Curry powder
- 1 lata ng gata ng niyog
- 1 knob ng sariwang luya, binalatan at tinadtad
- 1 tangkay ng lemon grass, tinadtad

INSTRUCTIONS:
a) Igisa ang ham hock, bawang, at mga sibuyas sa isang mabigat na ilalim na kaldero hanggang sa maging translucent ang mga sibuyas.
b) Idagdag ang iba pang mga sangkap at kumulo sa mahina hanggang katamtamang init sa loob ng kalahating oras.
c) Iproseso sa isang food processor, pagkatapos ay dumaan sa isang fine mesh strainer.
d) Timplahan at ihain nang mainit.

32.Fish Tea Sopas

Gumagawa: 3 Servings

MGA INGREDIENTS:
- 580 g sariwang isda, hugasan sa suka
- 100 g Pumpkin Peeled at tinadtad
- 240 g Yellow yam Binalatan at tinadtad
- 40 g sibuyas na tinadtad
- 35 g Scallion tinadtad
- 160 g Chocho/Chayote, Tinadtad
- 1 Scotch bonnet pepper
- 100 g Okra Tinadtad sa dalawang piraso
- 70 g Karot na Diced
- 1½ kutsarita ng Asin O sa panlasa
- 2 sibuyas ng bawang Pinong tinadtad
- 3 Sprig thyme
- 5 Pimento berries/alspice
- 1 pack na fish tea noodle mix
- 4½ Tasang Tubig

PARA MAGHUGAS NG ISDA
- 1 Lemon o kalamansi Upang hugasan ang isda
- 1 kutsarita ng Suka Para hugasan ang isda
- Tubig

INSTRUCTIONS:
a) Ilagay ang isda, 2½ tasa ng kumukulong tubig, sibuyas, bawang, scallion, at isang kutsarita ng asin sa isang sopas pot.
b) Gawing katamtaman ang apoy at pakuluan ng 10 hanggang 15 minuto o hanggang lumambot.
c) Alisin ang nilutong isda sa kaldero, pagkatapos ay i-debone ito.
d) Magdagdag ng sapat na tubig kasama ang carrot, yam, pumpkin, chocho, thyme, pimento, at scotch bonnet pepper.
e) Takpan at init hanggang kumulo.
f) Magdagdag ng apat na kutsarita ng malamig na tubig sa pinaghalong.
g) Takpan at lutuin ng 30 hanggang 35 minuto sa katamtamang apoy.
h) Idagdag ang isda at okra sa kalahati.
i) Ilabas ang thyme at Scotch bonnet pepper stems at ihain.

33.Sopas ng Kambing na Mannish Water

Gumagawa: 6 Servings

MGA INGREDIENTS:
- 2 kilo ng ulo at paa ng kambing, hiwa-hiwain
- ½ libra ng kalabasa ay hinugasan at hiniwa
- Asin sa panlasa
- Ilang butil ng pimento allspice
- 1 pound yellow yam
- 1 tasang harina para gawing dumplings
- 2 carrots binalatan, hugasan, at diced
- 1 Irish patatas binalatan, hugasan, at diced
- 3 cloves bawang durog
- 3 tangkay ng scallion
- 3 daliri sa balat sa berdeng saging, hugasan at hiniwa
- 2 sprigs ng sariwang berdeng thyme
- 1 berdeng mainit na paminta

INSTRUCTIONS:
a) Ilagay ang ulo at paa ng kambing sa isang palayok ng tubig na kumukulo.
b) Sa katamtamang init, pakuluan ang palayok sa loob ng 10 hanggang 15 minuto.
c) Magdagdag ng ilang butil ng pimento at dalawang sibuyas ng bawang.
d) Pakuluan ang ulo at paa ng kambing hanggang sa ito ay kalahating luto. Itabi.
e) Idagdag ang saging, kalabasa, at karot at kumulo ng 10 minuto.
f) Magdagdag ng asin at paminta sa panlasa bago idagdag ang dumplings, scallion, thyme, at mainit na paminta.
g) Haluin at bawasan ang init.
h) Pakuluan ang sabaw hanggang lumapot, pagkatapos ay patayin ang apoy.
i) Ihain nang mainit.

34.Gungo Pea Soup

Gumagawa: 6-8

MGA INGREDIENTS:
- 2 tasang pinatuyong gungo o pigeon peas, ibinabad sa magdamag, at pinatuyo
- 1 pinausukang ham hock
- 2 sibuyas, gupitin sa mga piraso
- 2 karot, gupitin sa mga piraso
- 1 tangkay ng kintsay, na may mga dahon
- 2 scotch bonnet o jalapeño na sili, tinanggalan ng binhi at hiniwa
- 1 clove ng bawang, tinadtad
- 1 dahon ng bay
- 1 kutsaritang dinurog na sariwang dahon ng rosemary o ¼ kutsarita ng dinurog na tuyo na rosemary
- 1 bahagi Spinners

INSTRUCTIONS:
a) Punan ang isang stockpot ng 6 na tasa ng tubig, pagkatapos ay idagdag ang ham hock, bay leaf, rosemary, sibuyas, karot, at kintsay.
b) Pakuluan, pagkatapos ay kumulo ng 45 minuto sa mababang init.
c) Alisin ang mga gulay mula sa stock at ireserba ang ham hock.
d) Idagdag ang binad na mga gisantes, stock, at ham hock pabalik sa stockpot.
e) Pakuluan ang mga gisantes ng halos dalawang oras, sa mahinang apoy hanggang sa lumambot.
f) Gamit ang isang slotted na kutsara, alisin ang kalahati ng mga gisantes mula sa sopas at purée ang mga ito sa isang food processor.
g) Idagdag muli ang purée sa sopas.
h) Painitin nang maigi ang sabaw bago idagdag ang inihandang Spinners.

35.Jamaican Beef Soup

Gumagawa: 6

MGA INGREDIENTS:
PARA SA KARNE
- 2½ libra na walang taba na karne ng baka
- 3-4 na kutsarang pampalasa ng baka

PARA SA SOUP
- 1-1½ pound na kalabasa na puréed
- 8 tasa ng tubig
- 2 tasang okra tinadtad
- 2 Chocho/chayote, tinadtad
- 2-3 carrots tinadtad at hatiin
- 5-6 na butil ng mais
- 10 pimento berries/alspice
- 10 sprigs ng thyme nakatali magkasama
- 1 sibuyas na tinadtad
- 2 scallion buo
- 3 sibuyas ng bawang tinadtad
- 3-4 na kutsara ng homemade soup mix
- 1 scotch bonnet pepper
- pink na asin, mga butil ng bawang, at itim na paminta sa panlasa

INSTRUCTIONS:
a) Pagsamahin ang karne ng baka sa pampalasa ng karne ng baka, ihagis sa amerikana, at hayaang matarik nang ilang oras o magdamag.
b) Pakuluan ang kalabasa, at pagkatapos ay i-mash ito.
c) Pressure lutuin muna ang karne.
d) Mag-init ng walong baso ng tubig.
e) Idagdag ang karne ng baka at lutuin ng 45 minuto sa katamtamang init.
f) Haluin ang pumpkin puree.
g) Idagdag ang sopas mix pimento, thyme, at scotch bonnet, kasama ang Chocho, okra, mais, karot, sibuyas, scallion, at bawang.
h) Hayaang kumulo ang sopas nang walang takip sa mahina hanggang katamtamang init sa loob ng 45 minuto, o hanggang sa magsimulang kumapal ang sabaw.
i) Alisin ang Scotch bonnet at thyme stalks bago ihain.

36.Jamaican Mutton Soup

Gumagawa: 6 Servings

MGA INGREDIENTS
PARA PRESSURE LUTO ANG KARNE
- 7 tasang tubig
- 2 kutsara ng anumang pampalasa ng pulang karne
- 2½ libra ng tupa

PARA MAGLUTO NG SOUP
- 1 libra puti o dilaw na yam, tinadtad
- 1 Chocho tinadtad
- 8 sanga ng thyme na nakatali sa isang bundle
- 8 pimento berries
- 1 patatas
- 2 karot na tinadtad
- 3 scallion tinadtad
- 1 sibuyas na tinadtad, opsyonal
- 1 scotch bonnet
- black pepper, garlic powder, at pink na asin sa panlasa
- 5 tasang tubig na natirang mula sa pressure sa pagluluto ng karne
- 5 tasang stock ng karne ng tupa
- 3 kutsarang pumpkin soup mix

PARA SA DUMPLING
- ½ tasang tubig
- 2 tasang gluten-free na harina
- ½ kutsarita ng pink na asin

INSTRUCTIONS:
PARA PRESSURE LUTO ANG MUTTON
a) Sa instant pot, ilagay ang mutton, timplahan ng asin at paminta, at idagdag ang tubig.
b) Takpan, piliin ang "meat mode," at magluto ng 20 minuto.
c) Kapag tumunog ang timer, gumawa ng mabilis na paglabas at ilipat ang balbula sa posisyong "venting".

PARA GAWIN ANG SOUP
a) Ilipat ang mutton, 5 tasa ng stock ng karne ng tupa, at 5 tasa ng pressure-cooked water sa isang stock pot at pakuluan.
b) Haluin ang Chocho, yam, patatas, karot, scallion, sibuyas, pimento berries, thyme, at cock soup mix bago bawasan ang init sa katamtaman o mababa.

PARA GAWIN ANG DUMPLING
a) Pagsamahin ang harina at pink na asin sa isang mangkok.
b) Magdagdag ng tubig sa mangkok nang paunti-unti hanggang sa ito ay maging sapat na malagkit upang makabuo ng bola ng kuwarta.
c) Kurutin ang isang maliit na piraso ng kuwarta, igulong ito sa iyong mga palad upang bumuo ng "mga spinner," pagkatapos ay patagin ito sa isang disc.
d) Idagdag ang mga ito sa palayok habang ginagawa mo ang mga ito.
e) Idagdag ang scotch bonnet, takpan ng bahagya ang palayok, at hayaang kumulo ng hanggang isang oras.
f) I-mash ang bahagi ng patatas gamit ang likod ng kutsara para mas malapot ang sabaw.

37.Jamaican hipon na sopas

Gumagawa: 2

MGA INGREDIENTS:
- 2 kutsarang Green Curry Paste
- 1 tasang Stock ng Gulay
- 1 tasang Gata ng niyog
- 6 na onsa ng Precooked Shrimp
- 5 ounces Broccoli Florets
- 3 kutsarang Cilantro, tinadtad
- 2 kutsarang Langis ng niyog
- 1 kutsarang Soy Sauce
- Katas ng ½ Lime
- 1 medium Spring Onion, tinadtad
- 1 kutsarita ng Dinurog na Inihaw na Bawang
- 1 kutsaritang Minced Ginger
- 1 kutsarita ng Fish Sauce
- ½ kutsarita ng Turmerik
- ½ tasa ng Sour Cream

INSTRUCTIONS:
a) Matunaw ang langis ng niyog sa isang kaldero.
b) Idagdag ang turmeric, green curry paste, bawang, luya, at spring onions na sinusundan ng fi sh sauce at toyo.
c) Magluto ng dalawang minuto.
d) Idagdag ang gata ng niyog at gulay at haluing mabuti.
e) Kumulo ng ilang minuto.
f) Kapag medyo lumapot na ang kari, idagdag ang mga broccoli florets at cilantro at ihalo nang maigi.
g) Idagdag ang katas ng kalamansi at hipon sa kari kapag nasiyahan ka sa pagkakapare-pareho. Paghaluin ang lahat.
h) Magluto sa mababang init sa loob ng ilang minuto.
i) Timplahan ng asin at paminta kung kinakailangan.

38.Leek Soup

Gumagawa: 4 Servings

MGA INGREDIENTS:
- 6 tasang sabaw ng manok
- 1½ kutsarita ng asin o panlasa
- 2 kutsarang mantikilya
- 3 tasang leeks, hiniwa
- 1½ tasang sibuyas, hiniwa
- 2 kutsarang harina
- ½ kutsarita ng giniling na puting paminta

INSTRUCTIONS:
a) Matunaw ang mantikilya sa isang kasirola sa katamtamang init.
b) Paghaluin ang mga piraso ng leek at sibuyas sa tinunaw na mantikilya.
c) Dahan-dahang lutuin, paminsan-minsang hinahalo, sa loob ng 10 hanggang 15 minuto hanggang ang mga gulay ay napakalambot ngunit walang kulay.
d) Alisan ng takip at iwisik ang harina sa ibabaw ng mga sibuyas at sibuyas.
e) Haluin upang pagsamahin ang harina.
f) Magluto sa katamtamang init sa loob ng 2 minuto.
g) Patayin ang apoy at magpatuloy sa pagluluto ng ilang sandali.
h) Magdagdag ng 2 tasa ng sabaw habang patuloy na hinahalo, dalhin sa kumulo, at pagkatapos ay ihalo ang natitirang sabaw.
i) Pakuluan ang sopas, pagkatapos ay kumulo ng humigit-kumulang 20 minuto.
j) Mash, purée, o ihalo ang sopas sa nais na consistency bago ihain.

39. Lentil Sopas

Gumagawa: 4 Servings

MGA INGREDIENTS
PARA SA SOUP:
- ½ kilo na sausage
- 2 kutsarita ng langis
- 2 leeks, pinutol at hiniwang manipis
- 1 sibuyas
- 1 karot
- ½ tasa ng plum na kamatis sa likido
- 1½ tasang lentil
- 2 quarts ng stock ng manok
- Asin at paminta para lumasa
- Parsley

PARA SA SCALLION CREAM
- 1 kutsarang sherry vinegar
- ½ tasang scallions tinadtad
- 1 tasa ng kulay-gatas

INSTRUCTIONS:
a) Brown ang sausage sa oven.
b) Magdagdag ng ¼ tasa ng malamig na tubig at pakuluan. Itabi.
c) Init ang mantika sa isang malaking kaldero.
d) Haluin ang leeks, sibuyas, at karot bago takpan at hayaang masipsip ang taba.
e) Magluto ng mga gulay sa loob ng mga 8 minuto sa mahinang apoy, o hanggang sa maging translucent ang mga ito.
f) Idagdag ang mga kamatis at lentil.
g) Idagdag ang sausage, stock, asin, at paminta.
h) Dalhin sa isang pigsa, at pagkatapos ay kumulo para sa tungkol sa 25 minuto.
i) Magdagdag ng perehil sa sopas.
j) Pagsamahin ang lahat ng sangkap para sa scallion cream, at ihalo sa bawat mangkok ng sopas.

40. Lobster Soup na may Spicy Fritters

Gumagawa: 4 na servings

MGA INGREDIENTS
- 1 kutsarang langis ng oliba
- 1 pound chorizo sausage, hiniwa
- 2 tasang sibuyas, julienned
- 8 tasang lobster, hipon, o stock ng isda
- 12 buong cloves ng bawang, binalatan
- 2 berdeng sili, hiniwa sa manipis na singsing
- 3 tasa na halos tinadtad na sari-saring gulay, tulad ng collards, mustard, singkamas, chard, dandelion, beet greens, o spinach
- 2 tasang tinadtad na kamatis
- 3 dalandan, tinadtad
- 2 spiny o Maine lobster, hiniwa sa kalahati
- asin
- Durog na pulang paminta flakes
- ½ tasang gata ng niyog
- 2 kutsarang pinong tinadtad na sariwang dahon ng cilantro
- 1 recipe ng Spicy Fritters
- 1 recipe ng red pepper mayonesa

INSTRUCTIONS:
a) Ibuhos ang 1 kutsara ng langis ng oliba sa isang malaking kaldero, at init ito sa katamtamang init.
b) Idagdag ang sausage at sibuyas, at lutuin ng dalawang minuto.
c) Pakuluan habang hinahalo ang stock, bawang, at sili.
d) Pakuluan ng 60 minuto.
e) Idagdag ang lobster halves, greens, tomatoes, at orange juice, at timplahan ng asin at red pepper flakes.
f) Kumulo ng 30 minuto.
g) Idagdag ang gata ng niyog at cilantro at ihalo.
h) Maglagay ng kalahating lobster sa bawat maliit na mangkok.
i) Ihain ang lobster na may sabaw sa ibabaw.
j) Magdagdag ng mga fritter at isang piraso ng mayonesa bilang palamuti.

41. Mackerel Rundown

Gumagawa: 3-4

MGA INGREDIENTS:
- 2 libra ng asin mackerel
- 1½ lata Gatas ng niyog
- 1 sibuyas, hiniwa
- 2 siwang ng Bawang
- 2 tangkay ng Scallion
- 1 Green Scotch Bonnet Pepper
- 2 kamatis, tinadtad
- 3 sanga ng Thyme
- asin
- Itim na paminta

INSTRUCTIONS:
a) Pakuluan ang mackerel sa loob ng 35 minuto sa kumukulong tubig.
b) Alisan ng tubig at i-flake ang mackerel sa mga piraso.
c) Sa isang kawali, pakuluan ang gata ng niyog hanggang sa lumapot ito at maging custard at humiwalay ang mantika sa custard.
d) Idagdag ang mackerel, pagkatapos ay lutuin ito ng 10 minuto sa katamtamang init.
e) Timplahan ng asin at paminta ang pagkain ayon sa panlasa.
f) Haluin, takpan, at kumulo ng karagdagang sampung minuto sa mahinang apoy.

42. Mojo De Ajo

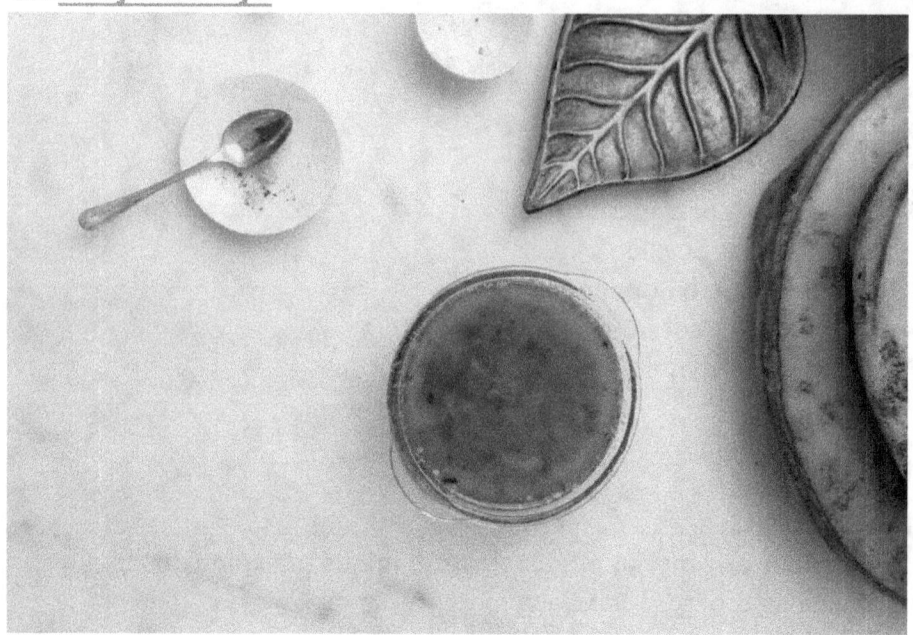

Gumagawa: 1 ¼ tasa

MGA INGREDIENTS:
- 1 serrano chile o jalapeño, inalis ang tangkay, hatiin nang pahaba
- 1 sibuyas ng bawang
- ½ tasang cilantro spring
- Juice ng 1 orange
- Juice ng 2 limes
- ⅓ tasa ng langis ng oliba
- 2 kutsarita ng asukal
- 1 kutsarita kosher salt

INSTRUCTIONS:
a) Haluin ang mga sangkap sa isang blender hanggang sa halos makinis.
b) Ibuhos ang sarsa sa isang maliit na mangkok.

43.Langis pababa nilagang

Gumagawa: 4 Servings

MGA INGREDIENTS:
- ½ libra dahon ng taro, tinadtad
- 2 sanga ng thyme
- Ang 1½ libra ng inasnan na bakalaw ay pinutol at hinuhugasan ng mabuti
- 2 tangkay ng kintsay
- 2 carrots ay hiniwa
- 1 breadfruit, binalatan at hiniwa
- Ilang tangkay ng chives, pinong tinadtad
- 1 kutsarita ng turmerik
- 1 berdeng paminta, pinong tinadtad
- 2 sibuyas ay hiniwa
- ½ kutsarita ng nutmeg
- 2 kutsarang sariwang perehil, pinong tinadtad
- 2 cloves bawang ay durog
- 2 pulang mainit na sili ay manipis na diced
- 1 kutsarang sariwang luya, pinong gadgad
- ½ tasang gata ng niyog
- 1 tasang mabigat na cream
- asin
- Paminta
- 3 kutsarang langis ng canola

INSTRUCTIONS:
a) Sa isang cast-iron pan, lutuin ang mga sibuyas sa medium-low heat.
b) Idagdag ang mainit na paminta, bawang, chives, luya, tim, at perehil at lutuin, madalas na pagpapakilos, sa loob ng isang minuto.
c) Ihagis ang breadfruit, carrots, green bell pepper, celery, at taro leaves.
d) Magluto ng 5 minuto habang patuloy na hinahalo sa medium-high heat.
e) Idagdag ang gata ng niyog, mabigat na cream, nutmeg, at turmerik.
f) Magdagdag ng asin at paminta para sa pampalasa.
g) Pakuluan ng 50 minuto hanggang sa mabawasan ang sauce.

44. Nilagang Oxtail

Gumagawa: 4 Servings

MGA INGREDIENTS
- ⅓ tasa ng pinatuyong puting beans, pinakuluan at pinatuyo
- 1 kutsarang langis ng gulay
- 3 libra Mga oxtail ng baka
- 3 siwang ng bawang, binalatan at durog
- 1 medium Yellow sibuyas, binalatan at diced
- 1 kamatis, hiniwa
- 2 tasang de-latang stock ng baka
- 2 tasang Tubig
- 2 kutsarang sariwang giniling na allspice
- Asin sa panlasa
- Itim na paminta, sariwang giniling
- Tabasco sauce, sa panlasa

INSTRUCTIONS:
a) Lubusang kayumanggi ang mga oxtail sa mantika sa isang kasirola.
b) Ilipat ang mga oxtail sa isang stovetop casserole kasama ang kamatis, sibuyas, at bawang.
c) Magdagdag lamang ng sapat na tubig upang masakop ang mga nilalaman ng palayok kasama ang stock ng baka.
d) Magdagdag ng asin, paminta, at allspice.
e) Idagdag ang pinatuyo na beans, takpan, at lutuin ng 3½ oras.
f) Magdagdag ng Tabasco sauce, asin, at paminta para sa pampalasa.

45. Papaya-orange na sopas

Gumagawa: 6 Servings

MGA INGREDIENTS:
- 2 tasa ng Malamig na sabaw ng manok
- 1 tasa ng Sariwang orange juice
- 1 Sobre ng plain gelatin
- 1 puting itlog, pinalo
- 1 kurot ng Ground cumin
- Mga almond, tinadtad
- 1 Papaya, may binhi, at minasa
- 1 kurot asin
- Niyog, gadgad

INSTRUCTIONS:
a) Ibuhos ang malamig na sabaw sa isang kaldero, itaas na may gulaman, at itabi ng ilang minuto upang lumambot.
b) Haluin nang tuluy-tuloy habang idinadagdag ang puti ng itlog hanggang sa tuluyang matunaw ang gulaman.
c) Payagan ang paglamig.
d) Idagdag ang pinaghalong sopas at orange juice, at pagkatapos ay iproseso sa isang katas.
e) Timplahan ayon sa panlasa
f) Palamigin ng ilang oras, perpektong magdamag.
g) Magdagdag ng niyog at almendras bilang palamuti.

46. Peppered Shrimp Pot Soup

Gumagawa: 10

MGA INGREDIENTS
- 10-onsa na pakete ng frozen okra, hiniwa
- 1 tasang cream ng niyog, de-latang
- 10 hiwa ng kalamansi
- 1 tasa sariwang spinach, tinadtad
- 1/2 kutsarita ng rosemary, durog
- 1/4 kutsaritang tinadtad na bawang
- 1/4 tasang tinadtad na sibuyas
- 1 kutsarita ng asin
- 1/2 kutsarita dahon ng thyme, dinurog
- 1/2 kutsarita ng marjoram, durog
- 1 pakurot ng pulang paminta, giniling
- 1 tasa berdeng kampanilya paminta, seeded, tinadtad
- 6 tasang stock ng manok
- 2 pounds hipon, binalatan, deveined

INSTRUCTIONS:
a) Punan ang isang stockpot ng okra, spinach, berdeng paminta, tinadtad na sibuyas, asin, marjoram, rosemary, tinadtad na bawang, pulang paminta, at stock ng manok.
b) Pakuluan.
c) Bawasan ang init, takpan, at kumulo sa loob ng 30 minuto.
d) Idagdag ang gata ng niyog at hipon.
e) Pakuluan ng 5 minuto o hanggang maluto ang hipon.
f) Ihain na may hiwa ng kalamansi bilang palamuti.

47.Pepperpot Stew Mula sa Guyana

Gumagawa: 6 Servings

MGA INGREDIENTS
- 2 libra paa ng baka, gupitin sa mga tipak
- 2 kutsarita ng kosher salt, hinati ng tatlong paraan
- 6 katamtamang cloves ng bawang, pinong tinadtad
- 4 na sariwang wiri wiri peppers
- 2 ½ kutsarita ng chicken bouillon, hinati sa apat na paraan
- 1 pound oxtail na may hiwalay na mga kasukasuan
- 1 pound bone-in beef chuck, hiwa-hiwain
- 1 ¼ tasa ng cassareep, hinati sa apat na paraan
- 21 sprigs ng sariwang thyme, hinati tatlong-daan
- 24 buong cloves, hinati tatlong-daan
- 3 cinnamon sticks, hinati tatlong-daan
- 2 kutsarang light brown sugar
- 2 knobs ng sariwang luya, binalatan at gadgad
- ½ ng isang buong nutmeg, gadgad
- 1 strip ng orange peel

INSTRUCTIONS:

a) Lagyan ng asin at chicken bouillon ang paa ng baka.
b) Pagsamahin ang cow foot, cassareep, thyme, whole cloves, cinnamon stick, at 4 na tasang tubig sa pressure cooker. Pressure cook para sa isang oras.
c) Ibuhos ang mga likido sa pagluluto at paa ng baka sa isang Dutch oven. Itabi.
d) Timplahan ng chicken bouillon at asin ang oxtail.
e) Sa kaparehong pressure cooker, idagdag ang mga oxtail na may cassareep, thyme, whole cloves, cinnamon stick, at 2 tasang tubig. Pressure cook sa loob ng 30 minuto.
f) Ilipat ang mga nilutong oxtail at ang kanilang likido sa pagluluto sa palayok na may paa ng baka.
g) Magdagdag ng asin at ½ tsp. chicken bouillon hanggang sa beef chuck.
h) Pagsamahin ang beef chuck, cassareep, thyme, whole cloves, cinnamon stick, at 3 tasang tubig sa iisang pressure cooker.
i) Pressure cook sa loob ng tatlumpung minuto.
j) Ilipat ang nilutong beef chuck at ang cooking liquid nito sa kaldero na may paa ng baka at mga oxtail.
k) Magdagdag ng tinadtad na bawang, wiri wiri peppers, brown sugar, gadgad na luya, nutmeg, balat ng orange, at ang natitirang ¼ cup cassareep at 1 kutsarita na chicken bouillon sa kaldero at haluing mabuti.
l) Kumulo ng 15 minuto.
m) Alisin mula sa init, pagkatapos ay i-skim ang anumang taba mula sa ibabaw.
n) Ihain kasama ng tinapay.

48.Pigeon Peas Soup na may Dumplings

Gumagawa: 6 Servings

MGA INGREDIENTS
PARA SA DUMPLINGS
- 1 tasang harina
- ¼ tasa ng tubig

PARA SA SOUP
- 28 ounces ng frozen pigeon peas
- 2 tangkay ng kintsay, tinadtad
- 1½ tasang cubed na kalabasa
- ½ tasang diced carrots
- ½ tasang diced green plantain
- 61 tasa cubed kamote
- 1 tasa diced Irish patatas
- tasang tubig
- 2 kutsarita ng asukal
- 1-2 mainit na paminta
- 1 tasang tubig + 4 na kutsarang pulbos ng niyog
- 2 tangkay ng sariwang thyme
- 4 na clove
- 2 kutsarita ng asin
- 2 kutsarang langis ng gulay

INSTRUCTIONS:
PARA SA DUMPLINGS
a) Magdagdag ng tubig sa harina at haluing mabuti.
b) Bumuo ng mga bola.

PARA SA SOUP
a) Ilagay ang kaldero sa katamtamang init, idagdag ang mantika, at pagkatapos ay lutuin ang bawang hanggang sa magsimula itong maging kayumanggi.
b) Pukawin ang frozen na mga gisantes sa loob ng 5 minuto.
c) Magdagdag ng 2 tasa ng tubig at pakuluan.
d) Kapag luto na ang karne, ilagay ang pinausukang buto at dalawa pang tasa ng mainit na tubig.
e) Lutuin hanggang maluto ang karne at sapat na ang lambot ng mga gisantes para mamasa gamit ang kutsara.
f) Idagdag ang mga karagdagang sangkap—karot, kintsay, kalabasa, plantain, sibuyas, at patatas—kapag malambot na ang karne.
g) Kumulo para sa isa pang 20 minuto.
h) Haluin ang clove at dumplings sa kasirola.
i) Magdagdag ng asukal, asin, at paminta sa panlasa kapag ang mga dumpling ay tumaas sa tuktok.
j) Ihain nang mainit.

49. Puerto Rican na nilagang baka

Ginagawa: 1 Paghahain

MGA INGREDIENTS
- 3 tablespoons Langis ng gulay
- 1½ libra Nilagang karne ng baka, hiwa-hiwain
- 4 sariwang thyme sprigs
- 3 karot, tinadtad
- ½ libra Green beans, pinutol, hinati
- 4 dahon ng bay
- 1 sibuyas, tinadtad
- 3 sibuyas ng bawang, tinadtad
- 1 kutsarang tinadtad na sariwang perehil
- 2 kutsarang All-purpose na harina
- Dalawang 14½-onsa na lata ng sabaw ng baka
- 2 tasang Dry red wine
- 4 Patatas, gupitin nang pahaba sa apat na bahagi
- Tinadtad na sariwang perehil

INSTRUCTIONS:
a) Sa isang malaki at mabigat na kasirola, painitin ang mantika sa sobrang init.
b) Brown ang karne ng baka sa mga batch. Itabi.
c) Haluin ang sibuyas at bawang at lutuin ng limang minuto.
d) Magdagdag ng harina, perehil, thyme, at bay dahon.
e) Haluin ng 2 minuto.
f) Idagdag ang alak at sabaw nang paunti-unti.
g) Pakuluan ang timpla pagkatapos ay idagdag ang karne ng baka pabalik sa kawali.
h) Ibaba ang apoy sa medium-low, takpan ang kaldero at kumulo sa loob ng 45 minuto.
i) Magdagdag ng patatas at karot.
j) Pakuluan ng humigit-kumulang 30 minuto, pana-panahong pagpapakilos, hanggang sa maluto ang karne at gulay.
k) Idagdag ang green beans at pakuluan ng 10 minuto, o hanggang maluto ang sitaw at bahagyang lumapot ang sauce.
l) Ihain na pinalamutian ng perehil.

50. Pumpkin Beef Soup

Gumagawa: 6 na servings

MGA INGREDIENTS
- 16 tasa ng tubig na hinati
- 1 pound Cured Bone-In Beef asin karne ng baka, gupitin sa mga tipak
- 6 Buong Pimento Seeds o allspice berries
- 2 cloves Bawang malaki, durog
- ½ pound Pumpkin cubed
- 2 pounds Beef Shank hiniwa sa mga tipak na may buto o nilagang baka
- 1 karot na malaki, binalatan at hiniwa
- ¼ pound Yellow Yam cubed
- 4 na sanga ng Thyme
- 2 tangkay ng Scallion green onion, dinurog
- ¼ pound Coco Yam cubed
- 2 Scotch Bonnet Peppers opsyonal
- ¼ kutsarita ng Fresh Cracked Black Pepper
- ¼ pound singkamas na nakakubo
- ½ Chocho, binalatan at hiniwa
- 6 Flour Dumplings
- 1 pakete ng Pumpkin Beef Soup Mix

FLOUR DUMPLING
- ½ tasang Tubig
- 1 tasang All-Purpose Flour
- ¼ kutsarita ng Asin

MGA OPSYONAL NA INGREDIENTS
- mais
- Ground Provision Yams, Potatoes, Sweet Potatoes, Dasheen, Eddo, at Cassava

INSTRUCTIONS:
FLOUR DUMPLING
a) Sa isang medium mixing bowl, magdagdag ng harina at asin pagkatapos ay unti-unting magdagdag ng tubig at gamitin ang iyong kamay upang masahin at mabuo ang kuwarta para sa dumpling.
b) Buuin ang bawat piraso sa isang bola, patagin ito nang bahagya, at tiklupin ang mga gilid ng kuwarta sa gitna na lumilikha ng mga gulong. Itabi.

BEEF
a) Magdagdag ng tubig sa isang stockpot at pakuluan.
b) Magdagdag ng karne ng baka at pakuluan ng halos 20 minuto.
c) Magpainit ng ½ tasa ng tubig sa parehong palayok.
d) Idagdag ang pinakuluang beef shank, bawang, at pimento.
e) Pakuluan ng halos 45 minuto, pagkatapos ay idagdag ang kalabasa.
f) Magluto ng humigit-kumulang 45 minuto o hanggang sa lumambot ang kalabasa at lumambot ang karne ng baka.
g) Magdagdag ng 4 na baso ng tubig at magpatuloy sa pakuluan.
h) Idagdag ang natitirang sariwang sangkap kabilang ang dumpling at bawasan ang init sa medium.
i) Haluin ang Pumpkin Beef Soup Mix, asin, at itim na paminta.
j) Pakuluan ng isa pang 30 Minuto.
k) Itapon ang scotch bonnet pepper at thyme sprigs.

51. Pumpkin Soup

Gumagawa: 3 tasa

MGA INGREDIENTS:
- 1½ tasang Sabaw ng Manok
- 1 tasang Pumpkin Purée
- ½ kutsarita ng Freshly Minced Ginger
- 2 cloves Inihaw na Bawang, tinadtad
- ½ kutsarita ng asin
- ½ kutsarita ng Paminta
- ¼ kutsarita ng kanela
- 4 na kutsarang Mantikilya
- ½ tasa ng Heavy Cream
- 4 na hiwa ng Bacon
- ¼ sibuyas, tinadtad
- ¼ kutsarita ng kulantro
- 1/8 kutsarita ng Nutmeg
- 1 Bay Leaf
- 3 kutsarang natirang Bacon Grease

INSTRUCTIONS:
a) Ilagay ang mantikilya sa isang malaking palayok sa mahinang apoy at hayaan itong matunaw nang lubusan.
b) Idagdag ang sibuyas, luya, at bawang at haluing mabuti.
c) Hayaang igisa ito ng dalawa hanggang tatlong minuto, o hanggang sa maging translucent ang mga sibuyas.
d) Magdagdag ng mga pampalasa sa kawali at hayaang maluto ng 1-2 minuto.
e) Haluing mabuti ang mga sibuyas, pampalasa, at purée ng kalabasa sa kawali.
f) Haluin ang 1½ tasa ng sabaw ng manok sa kawali.
g) Pakuluan, bawasan ang init, at pakuluan ng 20 minuto.
h) Pulse ang mga ito gamit ang isang immersion blender.
i) Magluto ng isa pang 20 minuto.
j) Magluto ng 4 na piraso ng bacon sa katamtamang init samantala.
k) Kapag ang sopas ay tapos na sa pagluluto, magdagdag ng ½ tasa ng mabigat na cream at ang bacon oil.
l) Haluing mabuti.
m) Iwiwisik ang durog na bacon sa ibabaw ng sopas.
n) Ihain kasama ng 2 kutsarang kulay-gatas at perehil.

52.R abbit at nilagang mani

Gumagawa: 6 na servings

MGA INGREDIENTS:
- 2 onsa Salt na baboy, cubed
- 2½ libra ng Ang karne ng kuneho, nilinis at pinutol sa mga tipak
- ¼ kutsarita Ground marjoram
- 1 sanga ng perehil
- asin
- 1 sibuyas, tinadtad
- 1 sibuyas ng bawang, tinadtad
- 2 tasa Sabaw ng manok
- ½ tasa Peanut butter
- ¼ kutsarita Ground nutmeg
- 1 dahon ng bay
- ¼ kutsarita Ground thyme
- Paminta
- 2 Serrano sili
- Hot pepper sauce

INSTRUCTIONS:
a) Matunaw ang asin na baboy sa isang kaldero.
b) Alisin ang kaluskos at lutuin ang kuneho sa tinunaw na taba.
c) Haluin ang sibuyas at bawang, pagkatapos ay lutuin hanggang malambot.
d) Magdagdag ng stock kasama ang bay leaf, thyme, marjoram, perehil, asin, at paminta sa panlasa.
e) Lutuin ang kuneho na natatakpan sa mahinang apoy hanggang sa lumambot, mga 1 oras.
f) Alisan ng tubig ang 2 tasa ng cooking liquid.
g) Haluin o iproseso ang 1 tasa nito kasama ang mga sili, peanut butter, at nutmeg hanggang sa makinis.
h) Haluin ang pangalawang tasa ng cooking liquid, pagkatapos ay pakuluan ang peanut butter mixture sa loob ng 15 minuto.
i) Idagdag ang mga piraso ng kuneho at lutuin ng 3 minuto.

53. Red bean sopas

Gumagawa: 8 Servings

MGA INGREDIENTS
- 1 sibuyas, tinadtad
- 2 tangkay ng kintsay, tinadtad
- 6 Serrano o Jalapeno chiles, tinadtad
- 2 tasang pinatuyong kidney beans
- ¼ pounds Salt na baboy
- 1½ litrong Tubig
- Asin at paminta para lumasa

INSTRUCTIONS:
a) Pagsamahin ang mga sangkap sa isang mabagal na kusinilya.
b) Pakuluan, pagkatapos ay babaan ang apoy at kumulo sa loob ng tatlong oras.
c) Haluin hanggang makinis at pagkatapos ay pilitin.
d) Ihain ang sopas na mainit mula sa kalan.

54. Red Pea Soup

Gumagawa: 6 na servings

MGA INGREDIENTS
- 1 libra Pinausukang ham hocks, tinadtad at ibinabad sa magdamag
- 2 tasang Kidney beans, tuyo
- 4 litrong Tubig
- 1 Mainit na paminta
- asin
- 1 sibuyas, tinadtad
- 2 berdeng sibuyas, tinadtad
- 1 pound Stewing beef, cubed
- 4 na maliliit na patatas, binalatan at pinutol
- ½ tasang gata ng niyog, opsyonal
- 1 sprig sariwang thyme

INSTRUCTIONS:
a) Pagsamahin ang karne ng baka, pinatuyong kidney beans, at tubig sa isang mabigat na kasirola.
b) Takpan at pakuluan ang beef at beans sa loob ng 1 oras sa medium heat.
c) Idagdag ang sibuyas, scallion, thyme, mainit na paminta, patatas, gata ng niyog, at anumang iba pang binalatan na ugat na gulay o dumplings.
d) Timplahan ng asin, at pakuluan ng 1 oras.
e) Bago ihain, kunin ang thyme sprig at buong mainit na paminta.

55.Inihaw na Paminta at Sopas na Pipino

Gumagawa: 4 na servings

MGA INGREDIENTS
- 4 na mga pipino, gupitin sa mga tipak
- 2 berdeng matamis na paminta
- 1 kutsarang berdeng pampalasa
- 1 sibuyas, binalatan at tinadtad
- ½ kutsarita ng sarsa ng paminta
- Asin at itim na paminta
- ½ tasang mabigat na cream
- 1 kutsarita tinadtad na perehil
- 3 siwang bawang
- 1 onsa mantikilya
- 4 na blades ng chive
- 5 tasang tubig o stock

INSTRUCTIONS:
a) Ihain ang mga sili sa isang mainit na grill.
b) Balatan ang paminta, i-chop ito, at alisin ang mga buto.
c) Pagsamahin ang mga pipino sa sibuyas, bawang, berdeng pampalasa, chive, tubig o stock, sarsa ng paminta, at kaunting asin at paminta sa isang malaking palayok.
d) Pakuluan ng 10 hanggang 15 minuto.
e) Idagdag ang mantikilya at inihaw na paminta, at kumulo ng karagdagang 2 minuto.
f) I-pure ang pinaghalong sopas sa mga batch hanggang sa ito ay makinis.
g) Idagdag muli ang sopas sa kaldero.
h) Haluing mabuti pagkatapos idagdag ang cream.
i) Ihain na may kasamang tinadtad na perehil sa itaas.

56.Shrimp at pumpkin chowder

Gumagawa: 4 na servings

MGA INGREDIENTS
- 2 sibuyas, hiniwa
- 2 karot, hiniwa ng manipis
- 1 kutsarang pinutol na sariwang cilantro
- 2 kutsarita ng gadgad na sariwang luya
- 2 cloves ng bawang, tinadtad
- ½ kutsarita ng ground allspice
- 2 kutsarang langis ng oliba
- 14-onsa na lata ng sabaw ng manok
- 15-onsa na lata ng kalabasa
- 1½ tasa ng Pinababang Taba na Gatas
- 8-onsa na pakete ng frozen, binalatan, at deveined na lutong hipon, lasaw
- Mga sariwang hipon sa mga shell, binalatan, niluto, at niluto
- Nagputol ng sariwang chives

INSTRUCTIONS:
a) Lutuin ang mga sibuyas, karot, cilantro, luya, bawang, at allspice sa pinainit na mantika sa isang kasirola sa katamtamang init sa loob ng 14 minuto, o hanggang malambot ang mga gulay.
b) Ilipat ang timpla sa mangkok ng food processor.
c) Magdagdag ng ½ tasa ng sabaw ng manok.
d) Iproseso hanggang sa halos makinis.
e) Pagsamahin ang kalabasa, gatas, at natitirang sabaw sa parehong kasirola.
f) Idagdag ang 8 ounces ng hipon at ang pinaghalong gulay, at lutuin.
g) Ibuhos ang sopas sa mga pinggan.
h) Palamutihan ng tinadtad na chives.

57.Slow Cooker na nilagang trout

Gumagawa: 4 na servings

MGA INGREDIENTS
- 4 trout
- 1 kutsarita ng allspice
- 1 kutsarita ng paprika
- 1 kutsarita kulantro
- 2 kutsarang langis ng oliba
- 6 spring onions, makapal na hiwa
- 1 pulang paminta, tinadtad
- 2 kamatis, halos tinadtad
- 1 kutsarita ng pinatuyong chili flakes
- 1 kutsarita thyme
- 1 tasang stock ng isda
- Asin at paminta para lumasa
- tinapay na ihahain

INSTRUCTIONS:
a) Pagsamahin ang mga pampalasa at iwiwisik ang mga ito sa ibabaw ng trout.
b) Magdagdag ng trout sa mainit na mantika sa isang kawali at lutuin hanggang sa maging browned.
c) Ayusin ito sa slow cooker pot.
d) Idagdag ang natitirang mga sangkap, kasama ang anumang natitirang pampalasa, at pakuluan.
e) Magluto ng trout sa loob ng dalawang oras.
f) Ihain kasama ng tinapay.

58. Soup Joumou sa Stockpot

Gumagawa: 10–12

MGA INGREDIENTS
- 1 tasa plus 1 kutsarang distilled white vinegar, hinati
- 1 libra beef shank, i-cubed at banlawan sa suka
- 2 singkamas, pinong tinadtad
- 1 berdeng Scotch bonnet o habanero chile
- 1 pound stew chuck beef, nilagyan ng cube at binanlawan sa suka
- 1 tasang Epis Seasoning Base
- 1 medium na kalabasa ng calabaza, binalatan at ni-cube
- 3 russet na patatas, pinong tinadtad
- 3 kutsarang sariwang katas ng kalamansi
- 1 kutsarang tinimplahan ng asin
- 15 tasa ng sabaw ng baka o gulay, hinati
- 1 libra buto ng baka
- 3 karot, hiniwa
- ½ berdeng repolyo, hiniwa nang napakanipis
- 1 sibuyas, hiniwa
- 1 tangkay ng kintsay, tinadtad nang magaspang
- 1 leek, puti at maputlang berdeng bahagi lamang, pinong tinadtad
- 1 sanga ng thyme
- 2 kutsarang langis ng oliba
- 1½ tasang rigatoni
- 6 buong clove
- 1 kutsarita ng bawang pulbos
- 1 kutsarita ng sibuyas na pulbos
- 2 ½ kutsarita ng kosher salt, dagdag pa
- ½ kutsarita na sariwang giniling na itim na paminta, at higit pa
- Kurot ng cayenne pepper, dagdag pa
- 1 sanga ng perehil
- 1 kutsarang unsalted butter

MAGLINGKOD
- Crusty na tinapay

INSTRUCTIONS:
a) Pagsamahin ang katas ng kalamansi, tinimplang asin, at Epis Seasoning Base.
b) Magdagdag ng karne ng baka, at inatsara nang hindi bababa sa 30 minuto o magdamag.
c) Sa isang napaka-stock na palayok, magpainit ng 5 tasa ng sabaw sa katamtamang init.
d) Idagdag ang marinated beef at ang mga buto, takpan ang kaldero at kumulo ng mga 40 minuto.
e) Ilagay ang kalabasa sa kasirola sa ibabaw ng karne ng baka, takpan ito, at lutuin ng 20 hanggang 25 minuto, o hanggang lumambot ang tinidor.
f) Ilipat ang Squash sa isang blender. Magdagdag ng 4 na tasa ng sabaw, at katas hanggang makinis.
g) Ibalik sa kaldero at kumulo.
h) Idagdag ang natitirang 6 na tasa ng sabaw, ang patatas, karot, repolyo, sibuyas, kintsay, leek, singkamas, sili, rigatoni, cloves, pulbos ng bawang, pulbos ng sibuyas, asin, paminta, isang kurot ng cayenne, at ang natitirang mga gulay.
i) Kumulo ng 30 minuto.
j) Idagdag ang mantika, mantikilya, at huling kutsara ng suka.
k) Ilaga para sa karagdagang 15-20 minuto sa katamtamang mababang init, o hanggang ang karne ng baka ay sobrang malambot.
l) Ihain ang sopas sa mga mangkok na may tinapay sa gilid.

59.Souse

Gumagawa: 2

MGA INGREDIENTS
- 6 piraso Pig's feet, pressure cooked with garlic cloves and a little salt
- 1 kutsarang Asin
- 3 tasang Tubig
- 1 kutsarang thyme dahon tinadtad
- 3 cloves Bawang tinadtad o tinadtad
- 2 kutsarang sariwang Lime/lemon juice
- buong Sariwang mainit na sili
- 1 kutsarang Parsley na tinadtad
- 1 ulo Scallion tinadtad

INSTRUCTIONS:
a) Pagsamahin ang tubig, paminta, scallions, sibuyas, bawang, asin, katas ng dayap, at perehil sa isang mangkok.
b) Gamit ang isang kutsara, dahan-dahang idiin ang mga sangkap sa mga gilid ng mangkok upang matulungan silang pagsamahin at ikalat ang kanilang mga lasa.

60.Hatiin ang Pea Soup

Gumagawa: 6 Servings

MGA INGREDIENTS
- 1 pound yellow split peas, banlawan
- 1 sibuyas
- 1 kutsarita thyme tuyo
- ½ kutsarita ng red pepper flakes
- 2 cloves bawang tinadtad
- 15 onsa ng gata ng niyog
- 2 bawat dahon ng bay
- 1 kutsarita oregano tuyo
- 1 kutsarang Madras Curry
- 1 tasang ginutay-gutay na patatas
- ¼ kutsarita cayenne pepper opsyonal
- 2 bawat isa Isang matamis na dilaw na kampanilya at isang matamis na orange na kampanilya na diced
- 6 tasa Sabaw ng gulay Kung hindi ka vegan, maaari kang gumamit ng sabaw ng manok.
- 1 pound Cassava/Yuca, tinadtad

INSTRUCTIONS:
a) Maglagay ng malaking kaldero sa katamtamang init at magdagdag ng tinadtad na sibuyas.
b) Magdagdag ng ilang tinadtad na sibuyas ng bawang.
c) Igisa kasama ang mga sibuyas hanggang sa maging translucent.
d) Idagdag ang bay leaves, oregano, thyme, red pepper flakes, madras curry, diced yellow at orange bell pepper, at vegetable broth habang kumukulo ang mga sibuyas at bawang. Haluing mabuti.
e) Idagdag ang yellow split peas.
f) Magdagdag ng tatlong hiwa ng kamoteng kahoy, o yuca.
g) Idagdag ang gata ng niyog at haluin.
h) Lutuin ang hating mga gisantes sa mahinang apoy para sa karagdagang 10-15 minuto, o hanggang sila ay malambot at malambot.

61. Sopas ng Kalabasa

Gumagawa: 4 na servings

MGA INGREDIENTS:
- 1 sibuyas, binalatan at tinadtad
- 1 karot, binalatan at tinadtad
- 1 jalapeño, paminta, inalis ang mga buto, pinong tinadtad
- 1 spaghetti squash, binalatan at hiniwa
- 3 tasang stock ng manok
- 3 kutsarang mantikilya
- 2 kutsarita ng ground cumin
- 2 kutsarita ng ground coriander
- ½ kutsarita ng giniling na kanela
- ½ kutsarita ng cayenne pepper
- ½ kutsarita ng sili na pulbos
- Juice ng 1 orange
- Katas ng 1 kalamansi

ANCHO CREAM
- 4 na kutsarang kulay-gatas
- asin
- 3 mga sili ng ancho, hiniwa, pinutol, at pinagbinhan
- 6 na kutsarang almond milk
- Paminta
- Lime juice sa panlasa

INSTRUCTIONS:
a) Sa isang mabigat na palayok, igisa ang sibuyas, karot, at Jalapeno pepper sa mantikilya hanggang malambot.
b) Timplahan ng cumin, coriander, cinnamon, cayenne, at chili powder.
c) Magdagdag ng kalabasa at magluto ng karagdagang dalawang minuto sa mahinang apoy bago magdagdag ng stock, orange juice, at katas ng dayap sa pinaghalong.
d) Kumulo ng halos kalahating oras, o hanggang lumambot ang kalabasa. Payagan ang paglamig.
e) Purée ang timpla sa isang food processor o gamit ang isang immersion blender.
f) Ibalik ang sopas sa kawali, at timplahan ng asin at paminta.
g) Haluin ang Ancho Cream.
h) Palamutihan ng kulay-gatas na pinanipis na may ilang mabigat na cream.

62.S quash at nilagang patatas

Gumagawa: 6 na servings

MGA INGREDIENTS:
- 3 Sibuyas, pinong hiniwa
- 1 tasa Sabaw ng gulay
- 1 sibuyas na bawang, tinadtad o pinindot
- Dalawang 16-onsa na lata ng black beans, pinatuyo
- 2 limes, hiwa sa wedges, para sa dekorasyon
- ½ kutsarita Pinatuyong pulang paminta na mga natuklap
- ½ kutsarita Ground allspice
- 16-onsa na lata ng kamatis
- 1 Butternut squash, binalatan, binulaan, at hiniwa-hiwa
- 1 pound Idaho Potatoes, binalatan at hiniwa sa mga tipak
- Paminta sa panlasa

INSTRUCTIONS:
a) Igisa ang sibuyas sa balsamic vinegar.
b) Idagdag ang natitirang mga sangkap, hindi kasama ang limes, perehil, at black beans.
c) Takpan ang kawali at kumulo ng 20 minuto sa medium-low heat.
d) Magdagdag ng black beans at init ng 10 minuto bago ihain.
e) Ihain na may kalso ng kalamansi para sa itaas.

63. Nilagang Calaloo

Gumagawa: 3 servings

MGA INGREDIENTS:
- 1 tasang gata ng niyog
- Tinadtad na dahon ng callaloo
- 3 kutsara ng langis ng gulay
- Asin at paminta para lumasa
- 2 tinadtad na sibuyas ng bawang
- 2 sibuyas
- Hot pepper sauce

INSTRUCTIONS:
a) Sa isang kasirola, init ang mantika.
b) Idagdag ang tinadtad na sibuyas at bawang.
c) Idagdag ang mga dahon ng callaloo , at ihagis hanggang malanta at masakop ng mantika.
d) Magdagdag ng gata ng niyog , at kumulo ng 5 minuto .
e) Timplahan ng asin at paminta at ihain .

64. Nilagang Beans na May Gatas

Gumagawa: 6 na servings

MGA INGREDIENTS
SINGA BEANS
- 2 tasang pinatuyong kidney beans, ibinabad sa magdamag
- 6 tasang tubig
- 1-14 onsa lata ng gata ng niyog
- 1 sibuyas, tinadtad
- 2 cloves ng bawang, tinadtad
- 2 kutsarita ng asin, o panlasa
- ½ kutsarita ng pinatuyong thyme, o 1 sanga ng sariwa
- 1 katamtamang karot, gupitin sa mga barya
- 1 buong tangkay ng paminta ng Scotch Bonnet na buo, o ¼ kutsarita ng cayenne pepper
- ¼ kutsarita sariwang luya, gadgad
- ¼ kutsarita ng ground allspice o 6 na berry
- 1 batch ng dumplings/spinners

MGA DUMPLING/SPINNER
- ½ tasang harina
- ¼ tasa malamig na tubig
- ¼ kutsarita ng asin

INSTRUCTIONS:
PARA SA GINAGANG GINOS
a) Magdagdag ng tubig sa isang palayok, at pakuluan ang beans.
b) Pakuluan ang beans ng 1 oras, o hanggang lumambot.
c) Magdagdag ng gata ng niyog, karot, sibuyas, at bawang.
d) Idagdag ang spinners, thyme, at iba pang seasonings, at magluto ng karagdagang 30 minuto.
e) Bago ihain, ihagis ang paminta.
f) Masarap kapag sinamahan ng salad at brown rice!

PARA SA DUMPLINGS
a) Pagsamahin ang asin at harina sa isang mangkok.
b) Upang lumikha ng isang matigas na kuwarta, magdagdag ng tubig at pagsamahin.
c) Bumuo ng mahaba at manipis na dumplings, kurutin ang maliliit na piraso ng kuwarta, at igulong ang mga ito sa pagitan ng iyong mga palad.
d) Ihulog sa kumukulong nilagang.

65. Nilagang ed saltfish

Gumagawa: 6

MGA INGREDIENTS
- 12 ounces inasnan bakalaw/bacalao
- 1 sibuyas, tinadtad ng manipis
- 1 karne ng baka kamatis, cubed
- 1 kampanilya paminta, tinadtad
- 2 kutsarang langis ng gulay
- 3 pimento peppers, tinadtad
- 1 mainit na paminta, tinadtad
- ¼ kutsarita ng itim na paminta
- 4 cloves bawang, durog
- 4 blades cilantro, tinadtad
- 1 tangkay ng kintsay, tinadtad
- 2 scallions, tinadtad
- 1 kutsarang thyme flakes
- Kakarampot na asin

INSTRUCTIONS:
a) Takpan ang saltfish ng tubig at hayaan itong magbabad ng humigit-kumulang 20 minuto, alisan ng tubig ang tubig.
b) Init ang mantika sa isang kawali.
c) Idagdag ang iyong mga tinadtad na gulay, kabilang ang mainit na paminta, pimento peppers, bawang, sibuyas, kintsay, at scallion.
d) Idagdag ang saltfish sa kasirola.
e) Idagdag ang natitirang cilantro, kamatis, at itim na paminta.
f) Pagkatapos ng isa pang limang minuto ng pagluluto, alisin mula sa apoy.

66.Tomato Choka Rice Soup

Gumagawa: 4 na servings

MGA INGREDIENTS
- 3 kamatis
- 1 sibuyas
- 4 na butil ng bawang
- 2 kutsarang langis ng oliba
- 4 tasang stock ng manok
- ¼ scotch bonnet pepper
- 1 tasang parboiled brown rice
- 1 kutsarang tinadtad na perehil
- ¼ kutsarita ng itim na paminta
- ¼ kutsarita ng asin
- ½ kutsarita ng thyme
- 1 kutsarang tomato paste
- ½ kutsarita ng brown sugar
- kurutin ang giniling na kulantro

INSTRUCTIONS:
a) Palamutin ang hinog na mga kamatis, at buong berdeng scotch bonnet pepper sa grill sa loob ng mga 2-3 minuto, at ang mga kamatis sa loob ng mga 20-30 minuto.
b) Kapag sila ay sapat na upang mahawakan, alisin ang nasunog na balat at bigyan sila ng isang magaspang na tagain.
c) Init ang langis ng oliba, at dahan-dahang igisa ang hiniwang sibuyas, thyme, at bawang sa loob ng mga 4 na minuto.
d) Idagdag ang tomato paste at lutuin ng isa pang 2-3 minuto.
e) Ngayon painitin ang apoy at idagdag ang lahat ng iba pang sangkap maliban sa bigas. Pakuluan.
f) Idagdag ang bigas, at kumulo ng 20-25 minuto.
g) Ibabaw na may tinadtad na perehil at ihain kasama ng tinapay.

67. Tomato Lentil Soup

Gumagawa: 6 na servings

MGA INGREDIENTS
- 12 kamatis, tinadtad
- 1 kutsarang langis ng oliba
- 2 sibuyas, pinong tinadtad
- 4-6 cloves ng bawang, durog
- 2 tasang tomato sauce
- 1 tasa ng lentil
- 4 na tasa ng stock ng gulay
- 1 kutsarita ng curry powder
- 1 kutsarita jeera
- ½ kutsarita ng kulantro
- ¼ tasa ng tomato paste
- Asin at paminta para lumasa
- ½ tasa ng mabibigat na cream
- Isang kurot ng cayenne pepper
- 2 kutsarita ng asukal
- 2 tasang tubig

INSTRUCTIONS:
a) Pakuluan ang mga lentil sa isang kasirola ng tubig nang hindi bababa sa 30 hanggang 35 minuto, o hanggang malambot ang mga gisantes.
b) Init ang mantika sa isang kasirola, idagdag ang mga sibuyas, at lutuin ng 2 minuto.
c) Idagdag ang bawang, curry powder, jeera, at kulantro, at kumulo ng 2-3 minuto.
d) Pagsamahin ang mga lentil, kamatis, tomato sauce, tomato paste, at mga panimpla sa mga sibuyas.
e) Magdagdag ng tubig at stock, pagkatapos ay pakuluan.
f) Pakuluan ng 30 minuto, o hanggang masira ang mga kamatis, at timplahan ng asukal, asin, at cayenne, ayon sa panlasa.
g) Idagdag ang cream, whisk, at ihain.

68. Yellow Yam sopas

Gumagawa: 4 Servings

MGA INGREDIENTS:
- 2 Mga pulang kampanilya na sili, inihaw, may binhi, at binalatan
- ⅓ tasa Pula at dilaw na bell pepper, diced
- 1 kutsara Garlic Chili Pepper Sauce
- 1 kutsarita Tinadtad na jalapeno pepper
- 3 Yams, binalatan, hiniwa, at pinakuluan
- 4½ tasa Mababang sosa sabaw ng gulay, inalis ang taba
- 2 kutsara Tinadtad na sariwang cilantro

INSTRUCTIONS:
a) Haluin o iproseso ang mga sangkap sa isang food processor hanggang sa ganap na makinis.
b) Init ang timpla sa isang kaldero sa katamtamang init.
c) Magluto ng 2 minuto, habang hinahalo paminsan-minsan.
d) Ihain nang mainit.

PANGUNAHING PAGKAIN

69. Inihaw na Octopus

MGA INGREDIENTS:
- 8 oz ng octopus
- 3 kutsarita ng langis ng oliba
- 1 kutsarita ng maliliit na capers
- 1 kutsarita ng paprika
- Isang dampi ng oregano
- Asin sa panlasa
- 1 sibuyas

INSTRUCTIONS:
a) Gupitin ang octopus sa maliliit na hiwa.
b) Pagsamahin ang lahat ng sangkap maliban sa sibuyas at paprika sa isang griddle.
c) Lutuin hanggang sa kulay ginto ang octopus.
d) Alisin ang octopus sa griddle, ilagay sa kawali pagkatapos ay ilagay ang paprika at ang pinong hiniwang sibuyas na may kasama pang olive oil.
e) Alisin mula sa kawali at magsaya kasama ang iyong paboritong bahagi.

70.Jerk Chicken

MGA INGREDIENTS:
- 1 kutsarang allspice berries, magaspang na giniling
- Dalawang 3 ½ – 4 pound na manok, binti at hita
- 1 kutsarang coarsely ground pepper
- 1 katamtamang sibuyas, tinadtad nang magaspang
- 1 kutsarita pinatuyong thyme, gumuho
- 3 medium scallions, tinadtad
- 1 kutsarita ng sariwang gadgad na nutmeg
- 2 Scotch bonnet chilies, tinadtad
- 1 kutsarita ng asin
- 2 sibuyas ng bawang, tinadtad
- ½ tasang toyo
- 1 kutsarang five-spice powder
- 1 kutsarang langis ng gulay

INSTRUCTIONS:
a) Sa isang food processor, pagsamahin ang sibuyas, scallions, chilies, bawang, five-spice powder, allspice, pepper, thyme, nutmeg at asin; proseso sa isang magaspang na i-paste.
b) Habang naka-on ang food processor, idagdag ang toyo at mantika nang tuluy-tuloy.
c) Ibuhos ang marinade sa isang malaki, mababaw na ulam, idagdag ang manok at i-coat. Takpan at palamigin magdamag.
d) Dalhin ang manok sa temperatura ng silid bago magpatuloy.
e) Magsindi ng grill. I-ihaw ang manok sa katamtamang init na apoy, paminsan-minsan, hanggang sa maging kayumanggi at maluto, 35 hanggang 40 minuto.
f) Ilipat ang manok sa isang pinggan at ihain.

71. Tequila Lime Seafood Pinchos

MGA INGREDIENTS:
- 8 onsa na hindi binalatan, malaking sariwang hipon
- 8 ounces grouper fillet, gupitin sa 1-pulgadang piraso
- 8 ounces salmon fillet, gupitin sa 1-pulgadang piraso
- 4 ounces sariwang snow peas
- 1 malaking pulang paminta, gupitin sa 1 pulgadang piraso
- 1/2 pinya, binalatan, tinadtad, at gupitin sa 1-pulgadang wedges
- 1/4 tasa sariwang kalamansi juice
- 1/4 tasa ng tequila
- 3 kutsarang orange juice
- 2 kutsaritang tinadtad na berdeng sibuyas
- 1 1/2 kutsarita tinadtad na sariwang cilantro
- 1 1/2 kutsarita ng Limin' Times Seafood Seasoning

INSTRUCTIONS:
a) Balatan ang hipon, iiwan ang mga buntot; devein, kung ninanais. Pahiran ng cooking spray ang 12-inch na metal skewer.
b) Salit-salit na sinulid ang hipon, grouper, salmon, snow peas, bell pepper, at pineapple sa mga skewer.
c) Ilagay ang mga kebab sa isang mababaw na ulam. Pagsamahin ang balat ng kalamansi at susunod na 7 sangkap sa isang maliit na mangkok; ibuhos ang mga kebab.
d) Takpan at i-marinate sa refrigerator ng 1 oras, paminsan-minsan. Alisin ang mga kebab mula sa marinade.
e) Mag-ihaw, na may saradong takip, sa katamtamang init na init sa loob ng 6 hanggang 7 minuto sa bawat panig o hanggang maputol ang isda gamit ang tinidor.
f) Ihain kaagad.

72. Spanish Garlic Shrimp Pinchos

MGA INGREDIENTS:
- 2 kutsara Extra Virgin Olive Oil
- 1 kutsarita ng Adobo
- 2 cloves na bawang, pinong tinadtad
- ¼ kutsarita ng Dinurog na Pulang Paminta
- 1 lb. jumbo shrimp, binalatan at hiniwa
- 1 malaking berde at/o pulang kampanilya na hiwa sa 1 pulgadang piraso
- 1 lemon, gupitin sa 8 hiwa
- 4 na skewer

INSTRUCTIONS:
a) Sa zip-top na plastic bag, o plastic na lalagyan na may takip, paghaluin ang mantika, adobo, bawang at pepper flakes. Magdagdag ng hipon, paghuhugas upang pagsamahin; ilipat sa refrigerator.
b) Palamigin ang hipon nang hindi bababa sa 15 minuto, o hanggang 30 minuto. Alisin ang hipon sa marinade; magreserba ng anumang natitirang likido.
c) Salit-salit na sinulid ang mga sili, hipon at lemon sa mga skewer, upang ang bawat skewer ay magsimula at magtatapos sa mga sili at naglalaman ng 4 na piraso ng hipon. Gamit ang pastry brush, i-brush ang nakareserbang marinade sa hipon at mga gulay.
d) Maghanda ng grill sa medium-high heat, o magpainit ng heavy-bottomed grill pan sa medium-high heat.
e) Ilagay ang hipon sa mainit na ibabaw at lutuin hanggang ang hipon ay maging pink at opaque, baligtarin ng isang beses, 3 - 5 minuto.

73.Rum Spiced Steak na may Pineapple Relish

MGA INGREDIENTS:
- 2 tasang tinadtad na sariwang pinya
- 1/2 tasa diced pulang sibuyas
- 2 kutsarang tinadtad na pulang jalapeno chile
- 1 kutsarang tinadtad na sariwang chives
- 1/4 kutsarita ng asin
- 1 kutsarang katas ng kalamansi
- 2 kutsarang Worcestershire sauce
- 2 kutsarang langis ng oliba
- 1 kutsarang Rum Spice Grill Seasoning
- 4 na boneless beef NY strip steak

INSTRUCTIONS:

a) Sa isang medium na mangkok, pagsamahin ang lahat ng sarap na sangkap hanggang sa katas ng kalamansi. Hayaang tumayo ng 30 minuto.

b) Sa isang maliit na mangkok, haluin ang Worcestershire sauce, Rum Spice Grill Seasoning, at mantika. Init.

c) Patuyuin ang mga steak, lagyan ng Worcestershire/Spice mix ang magkabilang gilid at ihagis sa barbecue.

d) Budburan ng paminta. Ihain nang may sarap.

74.Inihaw na Orange na dibdib ng manok

Gumagawa: 4 Servings

MGA SANGKAP:
- 2 kutsarang sariwang orange juice; kasama ang 2 kutsarita
- ¾ kutsarita balat ng kahel
- 2 kutsarita ng langis ng oliba
- 2 kutsarita katas ng kalamansi
- ¾ kutsarita sariwang luya; tinadtad
- 2 cloves ng bawang; tinadtad
- ⅛ kutsarita sariwang oregano; tinadtad
- 1 libra Walang buto na walang balat na suso ng manok; hinati

INSTRUCTIONS:
a) Sa isang blender, pagsamahin ang lahat ng sangkap maliban sa manok.
b) Ibuhos ang marinade sa mga dibdib ng manok at i-marinate sa refrigerator ng hindi bababa sa 2 oras o hanggang 48 oras.
c) I-ihaw o iprito ang manok ng humigit-kumulang 6 na minuto bawat gilid hanggang sa walang matitirang bakas ng pink.

75. Inihaw na jerk swordfish

Gumagawa: 4 na servings

MGA SANGKAP:
- 1⅓ pounds ng Swordfish steak
- 4 na kutsarang Jerk marinade
- 8 ounces Maaari pinya tidbits, pinatuyo, reserba juice
- 1½ tasang sabaw ng manok
- 1 tasang mahabang butil na puting bigas
- 1 maliit na Pulang kampanilya paminta, may ubod, may binhi, diced
- 6 Buong allspice berries
- 2 berdeng sibuyas, tinadtad
- 1 Lime, hiwa sa wedges

INSTRUCTIONS:

a) Banlawan ang isda sa malamig na tubig at patuyuin ng mga tuwalya ng papel. I-brush ang magkabilang panig ng marinade at ilagay sa isang plato. Itabi.

b) Painitin muna ang charcoal grill o broiler.

c) Magdagdag ng sapat na sabaw ng manok sa nakareserbang pineapple juice upang sukatin ang 2 tasa.

d) Haluin ang pinaghalong sabaw, pinya, kanin, kampanilya at allspice sa isang katamtamang kasirola at pakuluan sa mataas na apoy.

e) Takpan, bawasan ang init sa mababang at kumulo hanggang ang likido ay hinihigop, 18-20 minuto.

f) Kunin mula sa init at hayaang tumayo hanggang handa na ihain; itapon ang allspice berries.

g) Kapag ang bigas ay luto na ng 12-15 minuto, ilagay ang isda sa isang lightly oiled grill at magluto ng 3 minuto. Baliktarin at lutuin hanggang sa medyo malabo ang isda ngunit basa pa rin sa gitna.

h) I-fluff ang kanin gamit ang isang tinidor, ihalo ang berdeng mga sibuyas at kutsara sa mga indibidwal na plato. Ilipat ang swordfish sa mga plato at palamutihan ng lime wedges.

76.Jerk pork belly

Gumagawa: 4

MGA SANGKAP:
- 500g tiyan ng baboy
- Pinong sea salt o kosher salt

PARA SA JERK MARINADE
- 1 malaking bungkos ng thyme, mga dahon ay kinuha at hinugasan
- 1 malaking bungkos ng kulantro, hugasan
- 6 katamtamang sibuyas, binalatan at pinaghiwa-hiwalay
- 2 buong bawang bombilya, mga clove na pinaghiwalay at binalatan
- 1 kutsarang allspice
- 1 kutsarang kanela
- 2 kutsarita ng nutmeg
- 4 na kutsarang toyo
- 6 na scotch bonnet chillies, tinanggal ang binhi

INSTRUCTIONS:

a) Kung gumagawa ka ng marinade, haluin ang lahat ng sangkap sa isang food processor hanggang sa pinong tinadtad at makinis. Maaari na itong itago sa isang malinis na garapon sa refrigerator sa loob ng dalawa hanggang tatlong linggo; Bilang kahalili, i-freeze ito sa mga ice-cube tray, itabi sa isang selyadong plastic container at defrost kung kinakailangan.

b) Punan ng matalim na kutsilyo ang balat ng baboy at kuskusin ng marinade, pantay na takpan ito ng manipis na layer. Siguraduhing magdagdag ng asin kung ang iyong marinade o spice rub ay hindi pa kasama dito; maaari kang maging mapagbigay kung gumagamit ng kosher salt - mga dalawang kutsara ang dapat gawin ito. Iwanan upang mag-marinate sa refrigerator magdamag.

c) Kapag handa ka nang magluto, painitin nang maaga ang barbecue. Kung gumagamit ka ng gas barbecue, painitin ng 20-30 minuto bago iihaw; para sa mga barbecue ng karbon, tiyaking namatay ang apoy at nakakuha ng napakagandang glow.

d) Ilagay ang balat ng baboy sa gilid sa pinaka-cool na bahagi ng barbecue - maaari kang lumikha ng mainit at malamig na mga zone sa pamamagitan ng pagkakaroon ng isang gilid sa isang mas mababang setting para sa gas o sa pamamagitan ng paglipat ng ilan sa mga uling sa isang gilid para sa mga coal barbecue. Takpan ng takip at hayaang malutong sa loob ng 20-30 minuto – bantayan ito, dahil ayaw mong masunog ang balat.

e) Kapag malutong na ang balat, baligtarin ang baboy at hayaang maluto hanggang lumambot ang karne upang madali itong mahiwa gamit ang tinidor. Ito ay dapat tumagal ng halos dalawang oras. Kapag luto na, alisin, takpan ng foil at iwanan ng 30 minuto.

77.Inihaw na Mackerel Fillet

Gumagawa: 4

MGA SANGKAP:
- 6 na sibuyas ng bawang, binalatan
- 1 banana shallot o 2 pink shallots, binalatan at tinadtad nang halos
- 2 spring onion, hinugasan at tinadtad
- 4 sprigs thyme, dahon kinuha
- 1 kutsarita ng tuyo na kulantro
- Juice ng ½ lemon
- 4 na kutsarang langis ng oliba
- Asin at paminta para lumasa
- 4 na mackerel fillet

INSTRUCTIONS:
a) Haluin ang lahat ng sangkap na i-bar ang isda sa isang food processor hanggang sa magkaroon ka ng makinis na marinade.
b) Patuyuin ang isda at ilagay sa isang ulam na sapat na malaki upang hawakan ang lahat ng mga steak sa isang layer.
c) Ibuhos ang marinade sa mga steak, siguraduhing pantay-pantay ang patong sa magkabilang panig, at itabi habang pinapainit mo ang barbecue.
d) Kung gumagamit ka ng gas barbecue, painitin ng 20-30 minuto bago iihaw; para sa mga barbecue ng karbon, tiyaking namatay ang apoy at nakakuha ng napakagandang glow.
e) Ihawin ang isda sa pinakamainit na bahagi ng barbecue sa loob ng tatlong minuto, pagkatapos ay i-turn at lutuin sa kabilang panig para sa isa pang tatlo o higit pang minuto.
f) Ang mga steak ay dapat na madaling matuklap habang pinapanatili ang kanilang katigasan.

78. Caribbean Grilled Whole Red Snapper

Gumagawa: 3

MGA INGREDIENTS:
- 1- 2 buong pulang snapper, mga 1- 1 1/2 pound bawat isa
- Asin at paminta para lumasa
- 1-2 sariwang limon
- 1 kutsaritang giniling na puting paminta
- 1 kutsarita ng ground allspice
- 1 kutsarang sibuyas ng bawang, tinadtad
- 1 kutsarita ng luya, tinadtad
- 1 kutsarita ng paprika
- 2 kutsarita ng thyme, pinong tinadtad
- ½ tasang basil, o perehil, tinadtad nang magaspang
- 1 kutsarita o higit pang chicken bouillon , opsyonal
- mantika , humigit-kumulang ¼ tasa o higit pa upang ihalo

INSTRUCTIONS:
a) Gumawa ng tatlo hanggang apat na diagonal na hiwa sa bawat panig ng isda, hanggang sa buto.
b) Timplahan ng asin, paminta, at lagyan ng lemon ang isda. Itabi.
c) Sa isang maliit na mangkok, paghaluin ang puting paminta, allspice, tinadtad na bawang, luya, paprika, thyme, basil o perehil, chicken bouillon, at mantika para gawing marinade para sa isda.
d) Ibuhos ang marinade sa ibabaw ng isda, at dahan-dahang i-flip ang mga ito pabalik-balik hanggang mabalot sa loob at labas.
e) Hayaang mag-marinate ito sa ref ng hanggang 24 na oras.
f) Painitin sa mataas na init.
g) Kapag handa ka nang mag-ihaw, punasan ng mantika ang basket ng grill at pagkatapos ay ihiga kaagad ang isda sa kabaong ng isda.
h) Hayaang mag-ihaw sila ng mga 1-2 minuto sa bawat panig.
i) Bawasan sa medium-high, at pagkatapos ay takpan, kung gumagamit ng gas grill.
j) Baste gamit ang fish marinade.
k) Hayaang maluto ang isda ng kabuuang 3-4 minuto sa bawat panig.
l) Suriin kung handa na sa pamamagitan ng pagtiyak na ang karne na pinakamalapit sa buto ay ganap na naluto - hiwa ng kutsilyo upang suriin.

79. Citrus Caribbean BBQ Pork Ribs

MGA INGREDIENTS:
- 1 rack para sa back ribs ng sanggol
- 1 sariwang dalandan, hinati
- 1 bote Caribbean Jerk Marinade
- 1/2 kutsaritang chili paste
- 3 kutsarang toyo
- 3 kutsarang asukal

INSTRUCTIONS:
a) Hatiin ang rack sa 4-rib na bahagi. Pakuluan ang isang malaking palayok ng tubig.
b) Hatiin ang mga dalandan sa kalahati. Magreserba ng 3 halves at pisilin ang juice mula sa natitirang isa sa isang malaking mangkok ng paghahalo. Idagdag ang jerkmarinade, chili paste, toyo at asukal, at haluin hanggang sa mabuo. Itabi.
c) Painitin ang oven sa 350ºF.
d) Maghanda ng charcoal grill para sa direktang pagluluto sa ibabaw ng medium-high Pakuluan ang mga tadyang sa loob ng 15 minuto pagkatapos ay ilagay sa isang foil-lined cookie sheet. I-squeeze ang 3 orange na halves sa ibabaw ng karne at iwiwisik ng pantay na bawang asin at paminta. Maghurno ng 20 minuto.
e) Ilagay ang mga tadyang sa grill at lutuin para sa isa pang 20-30 minuto, regular na basting sa sauce. Siguraduhin na ang karne ay umabot sa panloob na temperatura na hindi bababa sa 145ºF.
f) Alisin ang mga tadyang mula sa grill at takpan ng butcher paper o aluminum foil at hayaang magpahinga ang karne ng 10-15 minuto.
g) Ihain kasama ng karagdagang sarsa para sa paglubog.

80. Mangalitsa Ham with Jerk Pineapple Glaze

Gumagawa ng: 6-pound ham,

MGA INGREDIENTS:
- 1 6-pound Holy Grail Mangalitsa Ham

PARA SA GLAZE
- 1-1/2 tasa dark brown sugar
- 1-1/2 tasa ng pineapple juice
- 1 hanggang 2 kutsarang Jamaican jerk seasoning
- 1 hinog na pinya, binalatan, tinadtad, at hiniwa nang crosswise sa 1/2 pulgadang makapal na hiwa
- Langis ng gulay para sa paglangis sa grill grate
- Mga tipak ng kahoy, mas mabuti ang mansanas o seresa; mahabang matalim na kutsilyo; pastry brush

INSTRUCTIONS:
a) I-set up ang iyong grill, gaya ng Big Green Egg, para sa hindi direktang pag-ihaw at init sa 350 degrees.
b) Gumamit ng matalim na kutsilyo para gumawa ng crosshatch pattern sa ibabaw ng ham.
c) Gawin ang glaze: Pagsamahin ang brown sugar, pineapple juice, at jerk seasoning sa isang kasirola. Dalhin sa a. pakuluan sa medium-high heat; pagkatapos ay bawasan ang init sa katamtaman at lutuin hanggang ang glaze ay makapal at syrupy., 8 hanggang 10 minuto
d) Brush at langis ang grill grate. Magdagdag ng 3 o 4 na tipak ng kahoy sa mga uling. Ilagay ang ham sa rehas na bakal at init sa loob ng 30 minuto.
e) Simulan ang glazing ng ham pagkatapos ng 30 minuto, muling ilapat ang glaze sa pagitan ng 20 minuto hanggang sa maabot ng ham ang panloob na temperatura na 160 degrees, 2 1/2 hanggang 3 oras.
f) Ilagay ang ham sa wire rack sa ibabaw ng rimmed sheet pan na nilagyan ng foil.
g) Pansamantala, painitin ang iyong grill sa medium-high at i-brush ang mga hiwa ng pinya gamit ang ilan sa natitirang glaze. Mag-ihaw ng 2 minuto bawat panig. Hiwain ang ham gamit ang isang mahabang manipis na kutsilyo sa 1/4 pulgadang hiwa.
h) Shingle sa isang platter kasama ang pinya.
i) Ihain ang anumang natitirang glaze sa gilid.

81. BBQ Lionfish na may Orange at Almond Slaw

Gumagawa: 4

MGA INGREDIENTS:
- 1 malaking bumbilya ng haras, hiniwa nang manipis
- 1 maliit na repolyo, ginutay-gutay
- 1 sibuyas na bawang, tinadtad
- 2 malalaking dalandan, binalatan at hiniwa
- 1 maliit na pulang sibuyas, hiniwa ng manipis
- ¼ tasa ng Caribbean almond
- 1 kutsarita kosher salt
- ½ kutsarita ng sariwang giniling na black peppercorns
- 3 kutsarang langis ng oliba
- 6 na dahon ng sariwang basil, napunit
- 3 kutsarang sariwang lemon juice
- ½ kutsarita dinurog na buto ng kulantro
- 4 na malalaking lionfish fillet

INSTRUCTIONS:
a) Upang Ihanda ang Orange Slaw: Sa isang maliit na mangkok, pagsamahin ang haras at repolyo na may bawang, mga hiwa mula sa 1 orange, sibuyas, mga almendras, ½ kutsarita ng asin, ¼ kutsarita ng itim na paminta, 2 Kutsarang langis ng oliba, at sariwang punit na basil. Takpan at palamigin ng kalahating oras.
b) Para Magluto ng Lionfish: Painitin ang charcoal BBQ grill at i-brush ito ng isang Kutsarita ng mantika. Timplahan ang lionfish ng natitirang asin, paminta, at dinurog na buto ng kulantro. Ilagay ang mga fillet sa direktang init at ihaw ang unang bahagi sa loob ng 2 minuto at pagkatapos ay maingat na ibalik ang mga ito at lutuin ang pangalawang bahagi para sa isa pang 2 hanggang 3 minuto hanggang sa maluto na lamang.
c) Sandok ng 2 hanggang 3 Kutsara ng orange slaw sa mga plato. Ilagay ang BBQ lionfish sa bawat punso. Palamutihan ng natitirang mga hiwa ng orange.

82. Jamaican Jerk Brisket

MGA INGREDIENTS:
- 12 pound brisket
- 3 tasang jerk seasoning
- 5 dahon ng pimento o dahon ng bay
- 2 kutsarang allspice berries

INSTRUCTIONS:

a) Gamit ang isang matalim na kutsilyo, gupitin ang brisket, mag-iwan ng isang layer ng taba na hindi bababa sa 1/4 pulgada ang kapal. Mag-ingat na huwag mag-overtrim. Mas mainam na magkamali sa bahagi ng labis na taba kaysa sa masyadong maliit. Gumawa ng sunud-sunod na 1/2-pulgada na lalim na mga hiwa sa lahat ng panig ng karne gamit ang dulo ng isang paring knife, i-twist ang talim upang palakihin ang mga butas.

b) Gamit ang isang rubber spatula, lagyan ng lalagyan ang brisket na may jerk seasoning sa lahat ng panig. Pilitin ito sa mga butas na ginawa mo gamit ang paring knife. I-marinate, tinakpan, sa refrigerator ng hindi bababa sa 6 na oras o magdamag— kung mas matagal itong mag-marinate, mas mayaman ang lasa.

c) Painitin ang iyong smoker, cooker, o grill na sumusunod sa mga tagubilin ng gumawa at magpainit hanggang 250°F. Idagdag ang kahoy ayon sa tinukoy ng tagagawa. Kung gumagamit ng water smoker, idagdag ang mga dahon ng pimento at allspice berries sa water pan. Kung hindi, ilagay ang mga pampalasa sa isang metal na mangkok o aluminum foil pan na may 1 quart ng maligamgam na tubig at ilagay ang mangkok sa smoker.

d) Kuskusin ang sobrang jerk marinade sa brisket gamit ang spatula. Ilagay ang brisket fat side up sa smoker. Kung gumagamit ng offset smoker, iposisyon ang mas makapal na dulo patungo sa firebox. Lutuin ang brisket hanggang ang labas ay madilim na kayumanggi at ang panloob na temperatura ay nagrerehistro ng humigit-kumulang 165°F sa isang instant-read thermometer, mga 8 oras. Lagyan ng gasolina ang iyong kusinilya kung kinakailangan, na sumusunod sa mga tagubilin ng gumawa.

e) Alisin ang brisket mula sa smoker at mahigpit na balutin ito sa butcher paper. Ibalik ito sa kusinilya.

f) Ipagpatuloy ang pagluluto hanggang ang panloob na temperatura ay humigit-kumulang 205°F at ang karne ay napakalambot kapag sinubukan, isa pang 2 hanggang 4 na oras, o kung kinakailangan.

g) Ilagay ang nakabalot na jerk brisket sa isang insulated cooler at hayaan itong magpahinga ng 1 hanggang 2 oras.
h) Alisin ang brisket at ilipat ito sa isang welled cutting board. Ibuhos ang anumang juice na naipon sa butcher paper sa isang mangkok.
i) Hiwain ang brisket sa buong butil sa mga hiwa na 1/4-pulgada ang kapal. Ilagay ang mga hiwa sa mga toasted roll,
j) kung gusto. Magdagdag ng anumang mga juice mula sa cutting board sa mga juice sa mangkok, kutsara ang mga ito sa ibabaw ng karne, at ihain.

83. Inihaw na Dahon ng Saging Lionfish

Gumagawa: 4

MGA INGREDIENTS:
- 4 sprigs sariwang cilantro
- 4 sprigs sariwang flat leaf perehil
- 2 sprigs sariwang mint
- 1 piraso ng bagong balat na luya na kasing laki ng hinlalaki
- 1 maliit na pulang Fresno chile, may binhi
- 1 kutsarita kosher salt
- ¼ kutsarita ng giniling na allspice
- ¼ kutsarita ng giniling na kumin
- ¼ kutsarita ng giniling na kanela
- 1 ½ kutsarang suka ng tubo
- 4 na kutsarang peanut oil
- 4 na malalaking piraso ng sariwa o frozen na dahon ng saging
- 4 na malalaking lionfish fillet
- 10 pirasong puso ng palad
- 1 malaking kalamansi, hiwa sa wedges

INSTRUCTIONS:

a) Upang Ihanda ang Spice Paste: Sa isang blender, pagsamahin ang mga dahon ng cilantro, parsley, at mint kasama ang luya, chile, asin, allspice, cumin, cinnamon, at suka. Pulse magkasama hanggang sa isang makinis na paste form. Habang tumatakbo ang blender sa mababang bilis, ibuhos ang mantika hanggang sa maisama. Ibuhos ang timpla sa isang maliit na mangkok at hayaang matunaw ang mga lasa nang hindi bababa sa 30 minuto.

b) Upang Ihanda ang Lionfish: Sa isang malaking malinis na lugar ng trabaho, ayusin ang mga dahon ng saging. Gamit ang isang pastry brush, pintura ang gitna ng bawat dahon ng spice paste. Ilagay ang lionfish sa gitna at lagyan ng spice paste ang isda. Magpatuloy na tiklupin ang bawat bundle ng dahon na parang maliit na pakete at i-secure gamit ang toothpick na kawayan.

c) Para Ihaw ang Isda: Painitin muna ang grill sa katamtamang init. Ang isang wood fire grill ay magdaragdag ng pinakamaraming lasa, ngunit isang gas grill ang gagawa ng trabaho. Ihawin ang dahon ng saging na nakabalot na lionfish nang mga 4 hanggang 5 minuto sa bawat panig. Sa parehong oras, ihaw ang mga puso ng palad, brushing bawat isa na may natitirang spice paste.

d) Maingat na i-unwrap ang mga bundle ng dahon ng saging habang iniiwan sa dahon upang ihain sa isang makulay na pinggan kasama ang inihaw na puso ng palad.

84. Mga Sparerib ng niyog

Gumagawa: 4 na servings

MGA INGREDIENTS:
- 1 tasang Chinese rice wine
- 1/2 tasa ng toyo
- 6 na sibuyas ng bawang, tinadtad
- 2 kutsarang gadgad na sariwang luya
- 1/2 tasa ng niyog nektar
- 1/4 tasa hoisin sauce
- 1 kutsarang Chinese five-spice powder
- Bagong giniling na puting paminta
- 2 racks St. Louis–style spareribs
- asin

INSTRUCTIONS:

a) Pagsamahin ang rice wine, toyo, bawang, at luya sa isang malaking mangkok. Itabi para mag-marinate ng 10 minuto.

b) Idagdag ang coconut nectar at hoisin sauce, ihalo hanggang sa tuluyang matunaw. Idagdag ang five-spice powder at 1 kutsaritang puting paminta, at ihalo upang matiyak na ang lahat ng mga sangkap ay mahusay na pinagsama.

c) Banlawan ang mga sparerib sa malamig na tubig at patuyuin ng mga tuwalya ng papel. Timplahan ng asin at puting paminta, pagkatapos ay ilagay sa isang lalagyan na sapat na malaki upang hawakan ang marinade at ang mga tadyang sa isang solong layer.

d) Ibuhos ang marinade sa mga tadyang at takpan ng plastic wrap. I-marinate sa refrigerator magdamag.

e) Kung niluluto ang mga tadyang sa isang grill, initin ang grill sa medium-high at bahagyang lagyan ng langis ang grill rack. Ilagay ang mga tadyang sa grill, malayo sa direktang apoy, at takpan. Lutuin, paikutin nang isa o dalawang beses, hanggang ang mga tadyang ay malalim na kayumanggi at matigas sa pagpindot, 30 hanggang 35 minuto. Magsipilyo ng marinade nang maraming beses habang nagluluto.

f) Kung niluluto ang mga tadyang sa oven, painitin muna ang oven sa 325°F.

g) Ilagay ang mga tadyang sa isang bahagyang greased broiling tray o sheet pan na may mga gilid. Inihaw sa loob ng 40 hanggang 50 minuto, basting na may marinade 2 o 3 beses, o hanggang malambot at maluto.

h) Upang ihain ang mga buto-buto, hayaan silang lumamig ng 5 minuto at pagkatapos, gamit ang isang matalim na kutsilyo, gupitin sa pagitan ng bawat buto ng tadyang upang paghiwalayin ang mga ito.

85. Hipon na Inihaw sa Tubo

Gumagawa: 6 hanggang 8 servings

MGA INGREDIENTS:
PARA SA HIPON:
- 2 libra na sobrang laking hipon, binalatan at hiniwa, naiwan ang mga buntot
- 1 pakete ng sugarcane swizzle sticks
- Magaspang na asin at sariwang giniling na itim na paminta
- 2 kutsarang extra virgin olive oil
- 2 kutsarang sariwang piniga na katas ng kalamansi

PARA SA GLAZE:
- 1/4 tasa ng paborito mong timpla ng jerk
- 4 na kutsarang mantikilya
- 4 maitim na rum
- 2 kutsarang dark brown sugar
- 1 kutsarang sariwang kinatas na katas ng kalamansi

INSTRUCTIONS:

a) Ihanda ang hipon at marinade: Banlawan ang hipon sa ilalim ng malamig na tubig na umaagos, pagkatapos ay patuyuin ang mga ito at patuyuin gamit ang mga tuwalya ng papel. Gamit ang dulo ng isang paring knife, gumawa ng dalawang "starter" na butas - isa sa itaas at isa sa ibaba - sa bawat hipon.

b) Ihanda ang mga tuhog ng tubo: Gamit ang isang mahabang matalim na kutsilyo, gupitin ang mga swizzle stick ng tubo sa 3-pulgadang haba, hiniwa ang mga ito nang husto sa dayagonal upang makagawa ng isang matalim na punto. Kakailanganin mo ng isang skewer para sa bawat hipon.

c) I-thread ang hipon sa mga skewer ng tubo, isa sa isang skewer. Ayusin sa isang foil pan at timplahan ng asin, paminta, langis ng oliba, at katas ng kalamansi, pinaikot ang hipon sa magkabilang panig.

d) Gawin ang glaze: Pagsamahin ang jerk seasoning, butter, rum, brown sugar, at lime juice sa isang mabigat na kasirola. Pakuluan sa katamtamang apoy hanggang sa malapot at maasim, madalas na ihalo.

e) I-set up ang grill para sa direktang pag-ihaw at painitin muna sa mataas. Kapag handa nang lutuin, i-brush at langisan ang grill grate. Ayusin ang hipon sa mainit na rehas na bakal at ihaw, paikutin gamit ang sipit, hanggang sa maging maganda ang kayumanggi sa labas at matibay at kulay rosas sa loob, mga 2 minuto bawat gilid. I-brush ang hipon gamit ang glaze habang nagluluto.

f) Ilipat ang hipon sa mga serving plate o isang platter. Kutsara ang anumang natitirang rum glaze sa ibabaw ng hipon at ihain kaagad.

86. Caribbean Grilled Pork na may Tropical Salsa

Gumagawa: 6 na servings

MGA INGREDIENTS:
SALSA:
- 1 maliit na pinya, binalatan, tinadtad at tinadtad
- 1 medium orange, binalatan at diced
- 2 kutsarang sariwang cilantro, tinadtad
- Katas ng kalahating sariwang kalamansi

PORK:
- ½ kutsarang brown sugar
- 2 kutsaritang tinadtad na bawang
- 2 kutsaritang tinadtad na luya
- 2 kutsarita ng ground cumin
- 2 kutsarita ng ground coriander
- ½ kutsarita ng turmerik
- 2 kutsarang canola oil
- 6 na pork loin chops

INSTRUCTIONS:
a) Gumawa ng salsa sa pamamagitan ng pagsasama ng pinya, orange, cilantro at katas ng dayap sa mangkok. Itabi. Maaaring ihanda hanggang 2 araw nang maaga at palamigin.
b) Gumawa ng kuskusin para sa mga pork chop: Sa maliit na mangkok, pagsamahin ang brown sugar blend, bawang, luya, kumin, kulantro at turmerik.
c) I-brush ang magkabilang gilid ng pork chop na may canola oil at ilapat ang rub sa magkabilang gilid.
d) Painitin muna ang barbecue sa medium-high. Ilagay ang mga pork chop sa grill para sa mga 5 minuto bawat gilid o hanggang maluto sa panloob na temperatura na 160 °F.
e) Ihain ang bawat chop na sinamahan ng 1/3 cup salsa.

87.BBQ escolar na may kamote

Gumagawa ng: 1 Servings

MGA INGREDIENTS:
- 4 na piraso ng Escolar fillet

MARINADE:
- ½ tasa ng lemon juice
- ¼ tasa ng langis ng oliba
- ¼ tasa tinadtad na sibuyas
- 2 Poblano chiles; ubod, pinagbinhan at tinadtad nang magaspang
- 2 kutsarang Balsamic vinegar
- 1 kutsarang tinadtad na bawang
- 1 kutsarang Malt vinegar
- 1 kutsarita Ground allspice
- 1 kutsarita Ground nutmeg
- 1 kutsarita Curry powder
- 1 kutsarita ng Asin
- 1 kutsarita Ground black pepper

KAMOTE:
- 2 malalaking kamote
- 1 kutsarang Honey
- 1 kutsarita Ground cinnamon
- 1 kutsarita Ground nutmeg
- Asin at sariwang giniling na itim na paminta

INSTRUCTIONS:
PARA SA MARINADE:
a) Haluin ang lahat ng sangkap sa isang food processor hanggang makinis.
b) Magtabi ng ¼ ng marinade para masipilyo ang isda habang iniihaw.
c) Ibuhos ang natitirang marinade sa isang mababaw na ulam, idagdag ang mga piraso ng escolar at i-marinate sa refrigerator para sa mga 6 na oras.

PARA SA SWEET POTATOES:
a) Ilagay ang kamote sa isang kawali na may malamig na tubig upang takpan, pakuluan at kumulo hanggang sa lumambot ang patatas, mga 25 minuto.
b) Kapag lumamig na upang mahawakan, alisan ng balat ang balat.
c) Ilagay ang mga patatas sa isang malaking mangkok na may pulot, kanela, nutmeg, asin at paminta sa panlasa at latigo ng isang malaking whisk hanggang makinis.

PAG-IGING
a) Painitin muna ang panlabas na grill sa katamtamang taas.
b) Kunin ang escolar mula sa marinade at i-ihaw hanggang opaque na lang, 2 hanggang 4 na minuto bawat gilid, sagana sa pagsisipilyo sa isda gamit ang nakareserbang marinade habang nagluluto.
c) Upang ihain, maglagay ng isang scoop ng kamote sa gitna ng bawat plato.
d) Itaas ang kamote na may isang kutsarang puno ng curried peach.
e) Itakda ang escolar sa mga peach at itaas ang pinalamig na jicama slaw.

88.Jamaican jerked bbq ribs

Gumagawa: 1 servings

MGA INGREDIENTS:
- 1 tasang Jerk Marinade
- 1 kutsarang Asukal
- 2 kutsarang Red wine vinegar
- 4 pounds Mga sparerib ng baboy
- 1½ tasang barbecue sauce

INSTRUCTIONS:
a) Pagsamahin ang Jerk Marinade, asukal, at suka.
b) Idagdag ang mga tadyang at i-coat nang lubusan.
c) I-marinate sa refrigerator ng hindi bababa sa 4 na oras.
d) Maghanda ng apoy sa grill. Maglagay ng drip pan sa gitna ng grill.
e) Ilagay ang mga tadyang sa grill sa ibabaw ng drip pan, at lutuin ng 1½ oras, paikutin at i-brush nang madalas gamit ang marinade.
f) I-brush ang ribs gamit ang commercial barbecue sauce sa huling 15 minuto ng pagluluto.

89.Spicy grilled tuna, cuban style

Gumagawa ng: 1 Servings

MGA INGREDIENTS:
- ⅓ tasa ng langis ng oliba
- 1 kutsarita ng Asin
- 2 kutsarita ng Cayenne pepper
- ⅓ tasa ng lemon juice
- 3 malalaking siwang bawang, tinadtad
- 3 malalaking shallots, tinadtad
- 2 kutsarita ng giniling na kumin
- 1 bungkos Cilantro, dahon lamang, pinong tinadtad
- 6 na piraso (6 onsa) ng tuna fillet
- Langis ng gulay, para sa pagpapadulas ng grill
- Lemon wedges, para sa dekorasyon

INSTRUCTIONS:
a) Sa isang maliit na mangkok ng paghahalo, pagsamahin ang langis ng oliba, asin, cayenne pepper, lemon juice, bawang, shallots, cumin, at mga ¾ ng cilantro.
b) Ilagay ang tuna fillet sa isang malaking baso o ceramic dish. Ipahid ang iyong mga daliri sa isda upang tingnan at alisin ang anumang natitirang buto, at ibuhos ang marinade sa ibabaw ng tuna. Siguraduhin na ang isda ay pantay na pinahiran sa magkabilang panig at i-marinate sa loob ng 1 oras sa refrigerator, iikot nang isang beses.
c) I-brush ang grill o broiler pan na may vegetable oil at painitin ito sa sobrang init.
d) Ihawin ang mga fillet sa loob ng 4 hanggang 5 minuto sa bawat panig, hanggang sa maluto ayon sa gusto mo. Palamutihan ng natitirang cilantro at lemon wedges.

GILID AT SALAD

90. Mango chow

Gumagawa: 4

MGA SANGKAP:
- ½ kutsarita ng asin sa dagat
- ¼ kutsarita ng itim na paminta
- 6 na sibuyas ng bawang, binalatan at hiniwa ng manipis
- 2 saging shallots, binalatan, hiniwa at hiniwa ng manipis
- 2 berdeng mangga
- 1 maliit na dakot na dahon ng kulantro, hugasan, tuyo at tinadtad
- Katas ng 1 lemon o dayap
- 1 kutsarita ng white-wine vinegar
- 1-2 sili, tinanggalan ng binhi at hiniwa ng manipis

INSTRUCTIONS:
a) Ilagay ang asin, paminta, bawang at shallots sa isang mangkok.
b) Balatan ang mangga at gupitin upang maalis ang buto.
c) Hatiin nang manipis ang bawat wedge at idagdag sa mangkok, kasama ang kulantro, lemon o dayap na katas at suka.
d) Haluing mabuti gamit ang kutsara para hindi masunog ang mga kamay ng sili, pagkatapos ay tikman at ayusin ang pampalasa.
e) Ihain kaagad o hayaang magpahinga sa refrigerator nang hindi bababa sa isang oras bago ihain.

91.Inihaw na Salad ng Sili

Gumagawa: 2 Bahagi

MGA INGREDIENTS:
- ¼ tasa ng Dijon mustard
- ¼ tasa Honey
- 1½ kutsarang Asukal
- 1 kutsarang Sesame oil
- 1½ kutsarang Apple cider vinegar
- 1½ kutsarita katas ng kalamansi
- 2 katamtamang mga kamatis, diced
- ½ tasa Espanyol na sibuyas, diced
- 2 kutsarita ng jalapeño pepper
- 2 kutsarita Cilantro, pinong tinadtad
- kakarampot na asin
- 4 kalahati ng dibdib ng manok; walang buto at walang balat
- ½ tasa ng Teriyaki brine
- 4 na tasang Iceberg lettuce, diced
- 4 na tasa ng berdeng dahon ng litsugas, diced
- 1 tasa pulang repolyo, diced
- 1 lata Pineapple chunks sa juice
- 10 tortilla chips

INSTRUCTIONS:

a) Gawin ang dressing sa pamamagitan ng paghahalo ng lahat ng sangkap sa isang maliit na ulam na may electric mixer. Takpan at palamigin.

b) Gawin ang Pico de Gallo sa pamamagitan ng pagsasama-sama ng lahat ng sangkap sa isang maliit na ulam. Takpan at palamigin.

c) I-marinate ang manok sa teriyaki nang hindi bababa sa 2 oras. Ilagay ang manok sa bag at ibuhos ang brine, pagkatapos ay ihalo ito sa refrigerator.

d) Ihanda ang barbecue o magpainit ng stovetop grill. Ihawin ang manok sa loob ng 4 hanggang 5 minuto bawat gilid o pataas hanggang sa maluto.

e) Paghaluin ang lettuce at repolyo, at pagkatapos ay hatiin ang mga gulay sa 2 malalaking Individual-Portion na salad dish.

f) Hatiin ang pico de gallo at ibuhos ito sa 2 pantay na bahagi sa ibabaw ng mga gulay.

g) Hatiin ang pinya at iwiwisik ito sa mga salad.

h) Hatiin ang tortilla chips sa malalaking tipak at iwiwisik ang kalahati sa bawat salad.

i) I-segment ang mga inihaw na dibdib ng manok sa manipis na piraso, at ikalat ang kalahati ng mga piraso sa bawat salad.

j) Ibuhos ang dressing sa 2 maliliit na pinggan at ihain kasama ang mga salad.

92.Inihaw na Plantain

MGA INGREDIENTS:
- Mga plantain
- Spice Mix
- Asin at itim na paminta

INSTRUCTIONS:
a) Balatan ang mga plantain.
b) Hiwain sa gitna pagkatapos ay hatiin sa kalahati.
c) Timplahan ng asin at lagyan ng spice mix.
d) Mag-ihaw sa magkabilang gilid nang humigit-kumulang 3 minuto hanggang sa ganap na maluto – bantayang mabuti dahil madaling masunog ang mga ito.

93. Mofongo Puerto Rico

MGA INGREDIENTS:
- 4 na berdeng plantain, binalatan at pinutol ng bilog
- 1 tasa ng kaluskos ng baboy
- Asin - sa panlasa
- 3 kutsarang langis ng Oliba
- 3 hanggang 5 cloves ng tinadtad na Bawang

INSTRUCTIONS:
a) Ibabad ang mga piraso ng plantain sa isang mangkok ng inasnan na tubig sa loob ng 15 hanggang 30 minuto.
b) Patuyuin ng mabuti at patuyuin.
c) Init ang mantika sa isang kawali o kawali sa katamtamang init.
d) Paggawa sa mga batch, igisa ang mga hiwa ng plantain hanggang sa maluto ngunit hindi pa kayumanggi, 10 hanggang 12 minuto.
e) Idagdag ang mga plantain, bawang at kaunting langis ng oliba sa isang malaking mortar o mangkok at i-mash gamit ang pestle o potato masher hanggang sa medyo makinis. (Bilang kahalili, pulso gamit ang food processor.)
f) Haluin ang mga kaluskos ng baboy at asin ayon sa panlasa.
g) Gamit ang basang mga kamay, bumuo ng 3-pulgadang bola o bunton sa isang plato at ihain nang mainit.

DESSERT

94.Inihaw na Pinya at Rum

MGA INGREDIENTS:
- mantikilya
- Mga hiwa o tipak ng pinya
- Rum
- 1-1/4 tasa ng mabigat na cream.

INSTRUCTIONS:
a) Init ang mantikilya sa kawali at ilagay ang pinya.
b) Magdagdag ng rum. Ipagpatuloy ang pagluluto. Kapag bubbly, alisin at palamig.
c) Whip cream at saka ilagay ang pineapple mix.
d) Ibuhos sa 4 na dessert cup at ihain.

95. Mango Mousse

MGA INGREDIENTS:
- 3 lb. hinog na mangga, binalatan ng laman na pinutol na buto, para magbigay ng 4 - 5 tasa ng diced na mangga
- 1-1/2 tasa ng whipping cream
- 2 puti ng itlog
- 1 - 2 tbsp. katas ng kalamansi
- 1/2 - 1 tasa ng asukal
- 2 pakete ng gelatin
- 1/2 tasa ng mainit na tubig

INSTRUCTIONS:
a) Purée ang mangga sa isang blender o food processor - salain pagkatapos kung makulit pa
b) Ibuhos ang cream sa isang maliit na mangkok ng paghahalo at ilagay sa freezer sa loob ng 10 minuto Talunin ang mga puti ng itlog hanggang sa matigas.
c) Talunin ang cream hanggang sa tumaas ito at ilagay sa refrigerator
d) Palambutin ang gulaman sa isang maliit na malamig na tubig, pagkatapos ay i-dissolve ang gulaman at asukal sa 1/2 tasa ng mainit na tubig Idagdag sa mango purée sa isang mixing bowl kasama ang katas ng kalamansi at asukal sa panlasa. Ang dami ng asukal at kalamansi ay depende sa tartness ng mangga at personal na panlasa
e) Tiklupin ang puti ng itlog, cream at mangga hanggang sa maayos na timpla Ibuhos sa mga serving dish at ilagay sa refrigerator sa loob ng 6 na oras

96. Hilaw na Soursop Ice Cream

MGA INGREDIENTS:
- 2 tasang hilaw na kasoy, ibinabad sa magdamag
- 2 tasang soursop pulp
- 1 tasa ng na-filter na tubig, kung kinakailangan
- 1/2 tasa ng pulot
- 1/4 tasa ng coconut butter o expeller pressed coconut oil
- 2 kutsarang vanilla extract
- 1/2 kutsarita ng asin sa dagat

INSTRUCTIONS:
a) Haluin ang lahat ng sangkap hanggang sa mag-atas at makinis.
b) Magdagdag ng tubig kung kinakailangan upang panatilihing umiikot ang pinaghalong sa pamamagitan ng blender.
c) I-freeze, hinahalo paminsan-minsan hanggang sa itakda, o sundin ang iyong mga tagubilin sa paggawa ng ice cream.

97.Jamaican rum cake

Gumagawa: 24 Servings

MGA INGREDIENTS:
- 1 libra   Mantikilya o margarin; lumambot
- 1 libra   Dark brown sugar
- 1 dosenang itlog
- 1 libra   ng harina
- 2 kutsarita ng vanilla extract
- 2 kutsarita ng baking powder
- 2 kutsarita ng baking soda
- 2 kutsarita ng sinunog na asukal (matatagpuan sa mga pamilihan sa Caribbean)
- Cinnamon at nutmeg sa panlasa
- Rum

PRUTAS MIXTURE:
- 1 libra   Prun
- 1 kilong   pasas
- 1 libra   Currants
- 1 libra   ng Cherry

INSTRUCTIONS:

a) Sa isang malaking mangkok, magkasama ang cream butter at asukal hanggang sa maputlang dilaw.
b) Magdagdag ng 2 itlog sa isang pagkakataon, ihalo nang mabuti pagkatapos ng bawat karagdagan. Magdagdag ng vanilla at sinunog na asukal. Sa isang daluyan na mangkok, salain ang lahat ng mga tuyong sangkap.
c) Idagdag nang dahan-dahan sa malaking mangkok, haluing mabuti. Ang batter ay magiging napakabigat. Magdagdag ng humigit-kumulang 2 tasa ng pinaghalong prutas (higit o mas kaunti ayon sa panlasa). Haluing mabuti. Ibuhos sa well greased at floured cake lata.
d) Maghurno sa 350 degrees sa loob ng halos 1 oras o hanggang sa malinis na lumabas ang kutsilyong inilagay sa gitna.
e) Kapag lumamig na ang cake (huwag alisin sa lata), ibuhos ang humigit-kumulang ¼ tasa ng rum sa ibabaw nito.
f) Takpan nang mahigpit gamit ang aluminum foil. Suriin ang cake tuwing 2 hanggang 3 araw. Kung ito ay naging "tuyo" magdagdag ng ilang rum. Magpatuloy sa ganitong paraan sa loob ng 1 buwan.
g) Fruit Mixture: I-chop ang prutas sa blender o food processor. Ilagay sa isang garapon na maaaring mahigpit na selyado. Takpan ang mga nilalaman ng rum at i-seal ang garapon.
h) Panatilihin sa isang malamig, madilim na lugar. Dapat itong gawin nang hindi bababa sa 1 buwan bago ang cake.
i) Kung hindi mo gagamitin ang lahat ng pinaghalong prutas, huwag mag-alala...tatagal ito ng maraming taon! Ito rin ay isang mahusay na topping para sa vanilla ice cream!

MGA INUMAN

98. Ti Punch

MGA INGREDIENTS:
- 1 bahagi ng cane syrup
- 2 bahagi puti o lumang rum
- 1 maliit na hiwa ng kalamansi

INSTRUCTIONS:
a) Paghaluin ang mga likido, gupitin ang mga hiwa mula sa gilid ng dayap, pisilin at ihulog sa baso.
b) Ihain nang may yelo o walang.

99. inumin ng Jamaican Sea Moss

MGA INGREDIENTS:
- 1 tasa ng kasoy
- 2 kutsara ng Irish moss gel
- 1/2 kutsara ng soy lecithin
- masaganang pakurot ng asin
- 2 kutsara ng Almond essence
- 3 tasang tubig
- 1/2 tasa ng agave
- 1/2 kutsara ng kanela
- 1/2 tsp ng nutmeg

INSTRUCTIONS:
a) Haluing mabuti, salain, palamigin at ihain.

100. Sorrel

MGA INGREDIENTS:
- 1 tasang pinatuyong sorrel petals
- 1 kutsarang clove
- piraso ng pinatuyong balat ng orange
- Brown sugar syrup (1 tasang tubig + 1 lb brown sugar na pinakuluang magkasama)
- Madilim na rum

INSTRUCTIONS:
a) Pakuluan ang 2 litro ng tubig.
b) Kapag kumukulo na ang tubig, magdagdag ng sorrel, orange peel at cloves.
c) Pakuluan ng 30 minuto.
d) Takpan ng mahigpit at matarik magdamag.
e) Salain at idagdag ang sugar syrup at rum (opsyonal) sa panlasa.
f) Palamigin at ihain.

KONGKLUSYON

Habang ang huling kabanata ng "Afro-caribbean culinary travels" ay maganda ang paglalahad, umaasa kaming ang iyong paglalakbay sa pagluluto ay naging kasing yaman at sarap gaya ng mga pagkaing nagpapalamuti sa mga pahinang ito. Ang cookbook na ito ay hindi lamang isang gabay; ito ay isang imbitasyon upang tikman ang sining ng pagsasanib, upang yakapin ang mga lasa na nagsasabi sa mga kuwento ng Afro-Caribbean culinary heritage.

Habang ninanamnam mo ang mga huling kagat ng masasarap na pagkaing ito, tandaan na hindi mo lang naranasan ang koleksyon ng mga recipe; naging bahagi ka ng isang kultural na odyssey—isang pagdiriwang ng pagkakaiba-iba, katatagan, at walang hanggang diwa ng mga komunidad ng Afro-Caribbean. Ang "Afro-caribbean culinary travels" ay higit pa sa isang pamagat; ito ay isang testamento sa pagpapalaya ng mga lasa, ang pagsasanib ng mga tradisyon sa pagluluto, at ang makulay na tapiserya na Afro-Caribbean cuisine.

Nawa'y manatili sa iyong panlasa ang mga panlasa, at nawa'y ang mga kuwentong nakapaloob sa mga pagkaing ito ay patuloy na umalingawngaw sa iyong kusina. Hanggang sa muli nating pagkikita sa iyong susunod na culinary exploration, nawa'y mabuo sa iyong pagluluto ang diwa ng pagsasanib, pagdiriwang, at ang mayamang pamana na napakagandang isinama ng "Afro-caribbean culinary travels". Maligayang pagluluto!

www.ingramcontent.com/pod-product-compliance
Lightning Source LLC
Chambersburg PA
CBHW071322110526
44591CB00010B/988